കലണ്ടർ കഥകൾ

'You must never behave as if your life belongs to a man.
Do you hear me?' Aunty Ifeka said.
'Your life belongs to you and you alone.'

-Chimamanda Ngozi Adichie,
Half of a Yellow Sun

ലക്ഷ്മി ബിമൽരാജ്

കൊല്ലം സ്വദേശിനി. ഇംഗ്ലീഷ് സാഹിത്യത്തിൽ MA, M.Phil ബിരുദം. കൊല്ലം ആനന്ദവല്ലീശ്വരം മന്നം മെമ്മോറിയൽ എൻഎസ്സ്എസ്സ് കോളേജിൽ അദ്ധ്യാപിക. ഭർത്താവ് അഡ്വക്കേറ്റ് ബിമൽരാജ്. മക്കൾ കല്യാണി കൃഷ്ണ, മാധവ് കൃഷ്ണ.
E-Mail: laxmibimalraj@gmail.com

എഡിറ്റർ:
ലക്ഷ്മി ബിമൽരാജ്

കലണ്ടർ കഥകൾ

(കഥാസമാഹാരം)

FEMINGO BOOKS

വില: 180 രൂപ

Calendar Kadhakal
Editor: Lakshmi Bimalraj
Malayalam Short Story Collections

Published by:-
FEMINGO BOOKS
femingobooks@gmail.com
Ph: 90740 98776, 8301034604

Cover Design:
Rajesh Chalode

Copyright:
Femingo Books

Printed in India
at Maxbooks

Edition:
First Editon May 2022
Copies: 1000

Price: Rs. 180

ISBN: 978-93-91085-75-9

പ്രസാധകക്കുറിപ്പ്

കാലം ഇങ്ങനെയാണ്. അതൊഴുകുമ്പോൾ ചില കഥകൾ ബാക്കി വെക്കും. അതിനൊരു സ്ത്രൈണഭാവമുണ്ടെന്നും അത് വീണ്ടും പറയാൻ ആഗ്രഹിക്കുന്നുവെന്നും തോന്നിയപ്പോൾ അത് രേഖപ്പെടുത്തണമെന്നു തോന്നി. അങ്ങനെയാണ്, ഇതൊരു പിറവി ആകുന്നത്. ഈ വായനയ്ക്ക് പിന്നിൽ വേർതിരിവുകളല്ല, മറിച്ച് സമത്വം എന്ന ആശയം മാത്രമാണുള്ളത്. ചരിത്രത്തിൽ നിന്നും തേയ്ച്ച് മായ്ച്ച് കളയേണ്ടതല്ല ഈ കഥകൾ എന്ന ചിന്തയ്ക്ക് പിന്നിൽ വലിയ കൂട്ടായ്മയുടെ കരുത്തുണ്ടായിരുന്നു. പിന്തുണയുടെ ഈ പൂക്കൾ എക്കാലവും വിരിഞ്ഞു പരിലസിക്കട്ടെ. കൂടെനിന്നവർക്ക് നന്ദി. വായിക്കപ്പെടേണ്ടതാണെന്ന തോന്നലിൽ വായനക്കാർക്ക് മുന്നിൽ അവതരിപ്പിക്കുന്നു.

"Some women get erased a little at a time, some all at once. Some reappear. Every woman who appears wrestles with the forces that would have her disappear. She struggles with the forces that would tell her story for her, or write her out of the story, the genealogy, the rights of man, the rule of law. The ability to tell your own story, in words or images, is already a victory, already a revolt."

-Rebecca Solnit,
Men Explain Things to Me

ആമുഖം

നിത്യേനയെന്നോണം പുതിയ പുസ്തകങ്ങൾ പിറന്നുവീഴുന്ന മലയാള സാഹിത്യശാഖയിലേക്ക് ഒരു പുസ്തകം കൂടി ജന്മമെടുക്കുമ്പോൾ, ചിലപ്പോഴൊരു ചോദ്യം ഉള്ളിലുയർന്നേക്കാം, എന്താണീ പുസ്തകത്തിന്റെ പുതുമയെന്ന്? ആ ചോദ്യത്തിന്റെ ഉള്ളുചികയുകയായിരുന്നു ഞാനീ കഥകളിലൂടെ സഞ്ചരിക്കുമ്പോളത്രയും.

എന്റെ വായനയിൽ ആണെഴുത്തെന്നോ പെണ്ണെഴുത്തെന്നോ ഉള്ള വിവേചനം ഉണ്ടാകാറില്ല. കൈയിൽ കിട്ടുന്നതൊക്കെയും വായിക്കുന്ന ശീലം പിന്നിട്ട്, വേണ്ടതു തിരഞ്ഞെടുത്തു വായിക്കുന്നതിലേക്കു ഞാൻ വളർന്നതെന്നാണ്? ഏതായാലും, ചെറുകഥകൾ ഇഷ്ടവിഭവമായപ്പോൾ, സ്വയം കഥയെഴുതാനുള്ള ധൈര്യം പോരാ എന്നുതോന്നിയപ്പോഴാണ്, വായിച്ച കഥകളിൽ ഇഷ്ടപ്പെട്ടവയൊന്ന് കോർത്തിണക്കിയാലോയെന്ന ചിന്തവന്നത്. പക്ഷേ, അനന്തസാഗരം പോലെ വിശാലമായ ചെറുകഥാസാഹിത്യമേഖലയിൽ നിന്നും എന്തുതരം കഥകൾ, ആരുടെ കഥകൾ, ഏതു കാലഘട്ടത്തിലെ കഥകൾ തിരഞ്ഞെടുക്കും എന്നൊരു സംശയം മുന്നിലെത്തി.

അതൊരു പരീക്ഷണകാലമായിരുന്നു, തീരുമാനം എടുക്കാൻ സാധിക്കാത്ത സമയം.

ഒന്നും ചെയ്യാതെ മാസങ്ങൾ കടന്നുപോയി. വായനയിലും മാറ്റങ്ങൾ സംഭവിച്ചു. ഇതിനിടയിൽ സ്ത്രീകളുടെ എഴുത്തുകളും സ്ത്രീപക്ഷ രചനകളും കോളേജിലെ ഇത്തിരി ഇടവേളകളിൽ മനസ്സിൽ കൂടുകൂട്ടി. അപ്പോഴാണ്, എന്തേ സ്ത്രീകളുടെ രചനകൾ ചേർത്ത് ഒരു പുസ്തകം തയ്യാറാക്കിക്കൂടാ എന്നൊരു ചിന്ത ഉണ്ടായത്. എങ്കിലും അത് അമൂർത്തതലത്തിൽ മനസ്സിലൊരു അസ്വസ്ഥത സൃഷ്ടിച്ചു നിന്നതേയുള്ളു.

അങ്ങനെയൊരു രാവുപുലരുമ്പോൾ പ്രവാസി എഴുത്തുകാരൻ, അനിൽകുമാർ സി.പി. എന്ന ഞങ്ങളുടെ അനിലേട്ടന്റെ ഒരു മെസേജ്, ഫെമിൻഗോ ബുക്സിനു സ്ത്രീകളുടെ ചെറുകഥകൾ

പുറത്തിറക്കാൻ താൽപര്യമുണ്ട്, അവരോടു സഹകരിക്കാൻ സാധിക്കുമോ?

അതായിരുന്നു ടേണിങ്‌പോയിന്റ്. ജീവിതത്തിന്റെ പല ഘട്ടങ്ങളിൽ നിൽക്കുന്ന, എഴുത്തിൽ തുടക്കക്കാരും എഴുതി മുന്നേറിയവരും, നാട്ടിലും വിദേശത്തും ജീവിക്കുന്നവരുമൊക്കെയായ കുറച്ച് എഴുത്തുകാരികളുടെ കഥകളുടെ ഒരു സമാഹാരം. ആ ആശയം വളരെ സ്വീകാര്യമായിത്തോന്നി. വനിതാ എഴുത്തു സമൂഹത്തിന്റെ ഒരു പരിച്ഛേദമാകും അതെന്നും തോന്നി. എത്ര കഥകൾ ഉൾക്കൊള്ളിക്കും എന്നൊരു ധാരണയൊന്നും ആദ്യം ഉണ്ടായിരുന്നില്ല. അയച്ചുകിട്ടിയത് ഇരുപതു കഥകൾ. അവ വായിച്ചു കഴിയുമ്പോഴേക്കും നമുക്ക് പന്ത്രണ്ടു കഥകൾ മതിയാകും എന്നൊരു തീരുമാനത്തിലെത്തി. പന്ത്രണ്ടു മാസങ്ങൾ തന്നെ ആയിരുന്നു മനസ്സിൽ. ആ ഘട്ടത്തിലാണ് 'കലണ്ടർകഥകൾ' എന്ന പേരും രൂപം കൊള്ളുന്നത്. അത്രത്തോളമെത്തിയപ്പോൾ മാക്സ് ബുക്സ്, കോട്ടയത്തിന്റെ സാരഥി ശ്രീ. അജീഷ് ചന്ദ്രനും, മാക്സ് ബുക്സിന്റെ സ്ത്രീകൾക്കും കുട്ടികൾക്കുമായുള്ള പ്രസിദ്ധീകരണവിഭാഗമായ ഫെമിൻഗോ ബുക്സിന്റെ ഡയറക്ടറും എഴുത്തുകാരിയുമായ ശ്രീമതി ദുർഗ മനോജും പുസ്തകത്തിന്റെ മറ്റുകാര്യങ്ങൾ വിശദമായി ചർച്ച ചെയ്തു കൊണ്ട്, ശ്രീ. രാജേഷ് ചാലോടിനെത്തന്നെ കവർഡിസൈൻ ചെയ്യാൻ ഏൽപ്പിക്കുന്നത്. കഥകളുടെ എഡിറ്റിങ്ങ് നടക്കുമ്പോഴും മനസ്സ് കവറിൽ ഉടക്കിനിന്നു. ഒടുവിൽ പ്രതീക്ഷിച്ചതിലും ഭംഗിയായി കവർ ഡിസൈൻ ചെയ്തുകിട്ടി.

വീണ്ടും കഥകൾ ആവർത്തിച്ചു വായിച്ചു. അങ്ങനെയാണ് കഥകളുടെ മൂഡ് കണ്ടെത്തി ഏതേതു മാസത്തിന് ഏതേതു കഥ എന്നൊരു തീരുമാനത്തിലെത്തിയത്. എല്ലാ സഹകരണവും പന്ത്രണ്ട് എഴുത്തുകാരികളും നൽകി. അവരോടുള്ള സ്നേഹം നിസ്സീമമാണ്. അതുപോലെ ഓരോ ഘട്ടത്തിലും കൂടെനിന്ന് ധൈര്യം നൽകിയ ഫെമിൻഗോ ബുക്സിനും എന്റെ നന്ദി അറിയിക്കുന്നു. ഉറപ്പായും ഭർത്താവ് അഡ്വക്കേറ്റ് ബിമൽരാജും മക്കൾ കല്യാണി കൃഷ്ണയും, മാധവ് കൃഷ്ണയും എപ്പോഴും എന്റെകൂടെ നിന്നു. അവരോടു ഞാൻ നന്ദി പറയുന്നതെങ്ങനെ?

ശ്രീപാർവ്വതി, പ്രിയ സുനിൽ, ബീന, ബിനിത സെയ്ൻ, കവിത സഫൽ, അനിത ശ്രീജിത്ത്, ഗീതാ കൃഷ്ണൻ, ശ്രീദേവി വർമ, ഡോ. ഗംഗാദേവി, എം. ശബാനാ ബീഗം, ഷെൽന വിജയ്, ഗീതാ രാജേന്ദ്രൻ എന്നിവരോടുള്ള സ്നേഹവും രേഖപ്പെടുത്തട്ടെ.

ഇതാ 'കലണ്ടർകഥകൾ' പാകമായിരിക്കുന്നു. രുചിച്ചു നോക്കുക. ഒരുകൂട്ടം പെണ്ണുങ്ങളുടെ ഉദ്യമമാണിത്. തെറ്റുകുറ്റങ്ങൾ ചൂണ്ടിക്കാട്ടുക. അഭിനന്ദനങ്ങൾ എഴുത്തുകാർക്ക് അവകാശപ്പെട്ടതാണ്. ഏറെ സ്നേഹത്തോടെ സഹൃദയർക്കു മുന്നിൽ കലണ്ടർകഥകൾ സമർപ്പിക്കുന്നു.

ലക്ഷ്മി ബിമൽരാജ്

(എഡിറ്റർ)

അവതാരിക

ഋതുഭേദങ്ങൾക്കപ്പുറം

വർഷത്തിലെ പന്ത്രണ്ടു മാസങ്ങൾ, പന്ത്രണ്ടു വ്യത്യസ്ത അനുഭവമാണു നൽകുക. അതു കാലാവസ്ഥയിലൂടെയും, സാമൂഹികമായ മാറ്റങ്ങളിലൂടെയും നമ്മളിൽ പ്രതിഫലിക്കുന്നു. ഈ വ്യത്യസ്തത എഴുത്തുകാരിലും അവരുടെ രചനകളിലും അവർ പോലുമറിയാതെ കടന്നു കൂടും. ഇതാണ് 'കലണ്ടർ കഥകൾ' എന്ന പന്ത്രണ്ടു കഥകളുടെ സമാഹാരത്തിലൂടെ അവതരിപ്പിക്കുന്നത്. കൊടുംവേനലിലും വിരഹികളായ പ്രണയികൾ ഒന്നിച്ചെന്നാൽ അവരുടെ മനസ്സിൽ ഒരു തുലാവർഷം പൊടുന്നനെ പെയ്തൊഴിയും. അതുപോലെ ഇവിടെ പന്ത്രണ്ടു കഥകൾ, പന്ത്രണ്ടു പെൺമനസ്സുകൾ ഉള്ളിലൊളിപ്പിച്ചത് ഒന്നിച്ച് ഒരു പുസ്തകത്തിൽ ജീവൻ വയ്ക്കുന്നു.

ഈ സമാഹാരത്തിലെ ഒട്ടുമിക്ക കഥകളും പല പ്രസിദ്ധീകരങ്ങളിലായി വെളിച്ചം കണ്ടവയും അവാർഡുകൾ നേടിയവയുമാണ്. നിരന്തരം എഴുതുന്നവരും എഴുത്ത് ജീവശ്വാസമായി കാണുന്നവരുമാണ് ഇതിലെ കഥാകൃത്തുകൾ. മലയാള ഭാഷയുമായുള്ള നിരന്തര ഇടപെടൽ നടത്തുന്നവരായതിനാൽത്തന്നെ ഇതിലെ ഒട്ടുമിക്ക കഥകളും പെണ്ണെഴുത്ത് എന്ന വിശേഷണത്തിന്റെ തോടു പൊളിച്ചു മുഖ്യധാരാ കഥകൾ എന്ന സ്ഥാനം നേടിയവയാണ്. പല പ്രായത്തിലെ, പല കർമ്മമണ്ഡലത്തിൽ പ്രവർത്തിക്കുന്നവരുടെ, പ്രവാസികളും ഇന്നാട്ടുകാരുമായ പന്ത്രണ്ടു സ്ത്രീകൾ അവരുടെ ജീവിതത്തിന്റെ പല ഘട്ടത്തിൽ എഴുതിയ കഥകളാണ് ഈ സമാഹാരത്തിലേക്ക് തെരഞ്ഞെടുത്തിരിക്കുന്നത്.

കഥകളിലേക്കു കടക്കുമ്പോൾ ജനുവരി മാസത്തെ പ്രതിനിധാനം ചെയ്തു കൊണ്ട് കടന്നു വരുന്നത് ശ്രീപാർവ്വതിയുടെ 'നഗരമധ്യത്തിലെ നാരങ്ങാവിൽപ്പനക്കാരി' എന്ന കഥയാണ്. 'മീനുകൾ ചുംബിക്കുമ്പോൾ', 'മിസ്റ്റിക് മൗണ്ടൺ', 'നായിക അഗത ക്രിസ്റ്റി',

'പോയട്രി കില്ലർ', 'വയലറ്റ് പൂക്കളുടെ മരണം' തുടങ്ങിയ വായനക്കാർ ഹൃദയത്തിലേറ്റിയ നോവലുകളുടെ രചയിതാവാണു ശ്രീപാർവ്വതി. ഇവിടെ, ഒരു തെരുവുകച്ചവടക്കാരിയും, അവളിലേക്ക് ഒരു ഈയ്യാം പാറ്റയെപ്പോലെ പറന്നണയുന്ന എഴുത്തുകാരന്റെയും കഥയാണു പറയുന്നത്. നിത്യചൈതന്യ എന്ന നായിക ഒരു കൂട്ടം സ്ത്രീകളുടെ പ്രതിനിധിയാകുന്നു. അവളിലൂടെ നാം നിത്യം കാണുന്നതും എന്നാൽ തീരെ ശ്രദ്ധ വയ്ക്കാത്തതുമായ കുറേ മനുഷ്യരുടെ ജീവിതം ശ്രീപാർവ്വതി വളരെ കൈയ്യടക്കത്തോടെ ഈ കഥയിൽ വരച്ചിട്ടിരിക്കുന്നു.

ഫെബ്രുവരി മാസവും തണുപ്പിന്റെ മാസമാണ്. ഒരു അധ്യാപികയെ സംബന്ധിച്ചാണെങ്കിൽ, പരീക്ഷാച്ചൂടിന്റെ മാർച്ചിലേക്കു അരയും തലയും മുറുക്കി ഇറങ്ങും മുൻപുള്ള അല്പം കുളിരുള്ള മാസം. കഥയുടെ പേരു 'കർത്തരീമുഖം', എഴുതിയത് അധ്യാപികയായ പ്രിയാസുനിൽ. ഒരു അധ്യാപിക കുട്ടികളെ അറിയുന്ന പോലെ മറ്റാർക്കും അവരെ അറിയാനാവില്ല. എന്നിട്ടും ഒരു തെറ്റിദ്ധാരണ സൃഷ്ടിക്കുന്ന അനാവശ്യ പിരിമുറുക്കം, യമുന എന്ന അധ്യാപികയിൽ സൃഷ്ടിക്കുന്ന മാനസിക സംഘർഷം, അതേസമയം ഇതൊന്നുമറിയാതെ കളിച്ചു മറിയുന്ന കുട്ടികൾ ഇതൊക്കെച്ചേരുന്ന മികച്ച വായനാനുഭവം ഈ കഥ സമ്മാനിക്കുന്നു.... 'ഒലിവ് റിഡ്‌ലി' എന്ന നുറുങ്ങ് സാഹിത്യ പുരസ്ക്കാരം നേടിയ കഥാസമാഹരത്തിന്റെ രചയിതാവുകൂടിയാണ് പ്രിയാസുനിൽ.

വേനലിന്റെ പൊള്ളലാണ് മാർച്ചിന്. അധ്യാപികയായ ബീനയുടെ 'സെറാമിക് സിറ്റി' എന്ന കഥ വായിച്ചു തീരുമ്പോൾ അതേ പൊള്ളലാണു വായനക്കാർക്കും അനുഭവപ്പെടുക. പ്രവാസികൾ അനുഭവിക്കുന്ന അരക്ഷിതാവസ്ഥ നമുക്കു പരിചിതമാണ്. എന്നാൽ അവർ സ്വന്തം രാജ്യത്തു അന്യരാകുമെന്ന ആശങ്ക പേറുന്നവരാകുമ്പോൾ അവരുടെ മാനസികനിലയെത്തന്നെ ആ ചിന്ത സ്വാധീനിക്കും. സ്വന്തം ജീവിതാനുഭവങ്ങളുടെ ഓർമകൾ കാർന്നുതിന്നുന്ന മനസ്സുമായി ഒരമ്മ നാട്ടിൽ പഠിക്കുന്ന മകളെക്കുറിച്ച് ചിന്തിക്കുമ്പോൾ അവരിൽ ഭയം നിറയുന്നതു സ്വാഭാവികം. 'ഒസ്സാത്തി', 'തീരെ ചെറിയ ചിലർ ജീവിച്ചതിന്റെ മുദ്രകൾ' എന്നീ രണ്ടു നോവലുകൾ എഴുതിയ ബീനയുടെ 'സെറാമിക് സിറ്റി'യുടെ വായന ചുറ്റും മാറിയ സാമൂഹ്യ രാഷ്ട്രീയ കാലാവസ്ഥയുടെ പൊള്ളൽ അനുവാചക ഹൃദയങ്ങളിൽ അവശേഷിപ്പിക്കും.

ഏപ്രിൽ മാസം, കത്തിക്കാളുന്ന വെയിലിൽ ഇടയ്ക്കു ചെയ്യു

ന്ന വേനൽ മഴയുടെയും മാസം. 'ബേഗം പൻവേൽ സാഹിബ്' ഒരു വേനൽ മഴയാണ്. ബിനിത സെയ്ൻ എന്ന ലൈബ്രേറിയനു എഴുത്തിന്റെ മാജിക് വശമുണ്ട്. വളരെ വ്യത്യസ്തമായ കഥാതന്തു വായനയുടെ രസച്ചരടു പൊട്ടാതെ വൃത്തിയായും ഭംഗിയായും അവതരിപ്പിച്ചിരിക്കുന്നു കഥയിൽ. പൻവേൽ ലക്ഷ്മി എന്ന നായിക ഒരു നൊമ്പരമാകും വായനക്കാർക്ക്.

ജീവിതത്തിന്റെ അനിശ്ചിതത്വം അതുപോലെ ഏറ്റു വാങ്ങുന്ന മാസമാണ് മേയ് മാസം. വെയിൽച്ചൂടു തളർത്തുമ്പോൾ എപ്പോൾ മഴ പെയ്യുമെന്ന് ഒരു സൂചനയും തരാതെ ആകാശം മുകളിൽ നിന്നു ചിരിക്കും. അതുപോലെ തന്നെ വിവാഹ ജീവിതവും. മനുഷ്യരുടെ ഹൃദയ വിചാരങ്ങൾ തിരിച്ചറിയുക പ്രയാസം തന്നെ. അനിത ശ്രീജിത്ത് എഴുതിയ 'കടൽ' മനുഷ്യബന്ധങ്ങളുടെ അസാധാരണ കഥയാണ്. ജീവിതത്തിൽ എഴുത്തും ചിത്രരചനയും ജീവശ്വാസം തന്നെയായ അനിതയാണ് 'പെൺസുന്നത്ത്' എന്ന കാലിക പ്രസക്തമായ നോവലിന്റെ രചയിതാവ്. ആ ആർജ്ജവം കടലിലും ദർശിക്കാം.

'പ്യൂപ്പ' എന്ന കവിത സഫൽ എഴുതിയ കഥയിൽ ഉടനീളം ജൂൺ മാസത്തിലെ തോരാമഴയെ ഓർമ്മിപ്പിക്കും. ജോവിറ്റ, അവളുടെ അനിയത്തി ജനി എവിടെ എന്നറിയാത്ത സങ്കടത്തിലാണ്. ആദ്യം അവൾ എവിടെയുണ്ടെന്നറിയണം. കണ്ടെത്തിക്കഴിയുമ്പോൾ അതു വ്യവസ്ഥിതിയെ അപ്പാടെ വെല്ലുവിളിക്കുന്ന തരത്തിൽ സ്വത്വം കണ്ടെത്തിയ ജനിയാണു മുന്നിൽ. ദേശാഭിമാനി വാരികയിൽ പ്രസിദ്ധീകരിച്ചു വന്നതാണ് 'പ്യൂപ്പ' എന്ന ഈ കഥ.

മഴത്തുടർച്ചയാണ് കർക്കിടകം കടന്നു വരുന്ന ജൂലൈ മാസത്തിൽ. ഏക മകനെ നഷ്ടമാകുന്ന അച്ഛന്റെ വ്യഥയാണ് ഗീതാകൃഷ്ണൻ എഴുതിയ 'മറവിയിൽ ഒരു മറുവാക്ക്' എന്ന കഥ. ഇടപ്പിള്ളി ശിവൻ, ഇടറാത്ത വിശ്വാസക്കരുത്ത് എന്ന സ്വന്തം അച്ഛന്റെ ജീവചരിത്രം മനോഹരമായി എഴുതിത്തീർത്ത മകൾക്ക്, ഒരച്ഛന്റെ സ്വന്തം പുത്രനോടുള്ള വാൽസല്യം എത്രയെന്നു അറിയാതിരിക്കില്ല. അതു തന്നെയാണ് ഈ കഥയുടേയും കരുത്ത്.

ഡോ. ഗംഗാദേവി എം എഴുതിയ മനോഹരമായ ചെറുകഥയാണു 'കാപ്പിപ്പൊടി ഫ്രോക്ക്'. ഓണക്കാലം കടന്നു വരുന്ന ഓഗസ്റ്റ് മാസത്തെ പ്രതിനിധീകരിക്കുന്നത് ഈ കഥയാണ്. ഒരു ഓണക്കാലത്ത് ഒരു കുഞ്ഞിന് ഒരു ഓണക്കോടി ലഭിക്കുന്നു. അവൾക്കു കിട്ടിയ ആ സമ്മാനത്തെ അവൾ പൊന്നുപോലെ നെഞ്ചോടു ചേർ

ക്കുമ്പോൾ അവൾക്കു മനസ്സിലാകാത്ത മുതിർന്നവരുടെ ലോകത്തിന്റെ ലോജിക് മറ്റു ചിലതു നടപ്പാക്കുന്നു. കുഞ്ഞുമനസ്സുകളുടെ വിഹ്വലത വായനക്കാരെ ഇരുത്തി ചിന്തിപ്പിക്കും. ഗവൺമെന്റ് കോളേജ് മലയാള വിഭാഗം അധ്യാപികയും രണ്ടു കവിതാ സമാഹാരങ്ങൾ ഉൾപ്പെടെ അഞ്ചു പുസ്തകങ്ങളുടെ രചയിതാവുമാണ് ഡോ.ഗംഗാദേവി എം.

പൂതവും കുട്ടിയും അമ്മയും ഒരിക്കൽ കൂടി നമ്മുടെ മുന്നിലേക്ക് ഇറങ്ങി വന്നാൽ? കൊയ്ത്തു കഴിഞ്ഞ വയലുപോലെ ജീവിതത്തിലും ആഘോഷങ്ങൾ താൽക്കാലികമായി അവസാനിച്ച സെപ്തംബർ മാസത്തെ പ്രതിനിധീകരിച്ച് 'കലണ്ടർ കഥ'കളിൽ പ്രത്യക്ഷപ്പെടുന്നത് ഷബാന ബീഗം എഴുതിയ 'പൂതം' എന്ന കഥയാണ്. ഒരു തേവിടിശ്ശി ഇവിടെ വായനക്കാരെ പിടിച്ചുലയ്ക്കുന്നു. കുഞ്ഞിനെ കൊണ്ടുപോയ പൂതത്തിനു മുന്നിൽ നങ്ങേലി പോരാടി ജയിച്ചു. എന്നാൽ ഈ നങ്ങേലിക്കു പൊരുതാൻ കരുത്തുണ്ടായില്ല. അവൾക്കു കീഴടങ്ങുകയല്ലാതെ മാർഗമുണ്ടായില്ല. ഫേസ്ബുക്ക് എഴുത്തുകളിലൂടെ ശ്രദ്ധേയയായ പ്രവാസിയായ വീട്ടമ്മയുടെ ഈ കഥ വായനക്കാരിൽ ചെറുനോവു ബാക്കിയാക്കും.

ഒക്ടോബർ, തുലാമഴ ഇടിമുഴക്കത്തോടെ ഭൂമിയെപ്പുണരുമ്പോൾ ചിലപ്പോഴെങ്കിലും അതു വിരഹപ്പെയ്ത്തെന്നു തോന്നിക്കും. 'ഇവൾ ആത്മസഖി' എന്ന ശ്രീദേവി വർമയുടെ കഥ പ്രണയത്തിന്റെ ആരും കാണാത്ത ഏടു കണ്ടെടുത്ത് അവതരിപ്പിക്കുന്ന കഥയാണ്. അത്യപൂർവ്വമായ കഥാതന്തു, തികച്ചും കൈയ്യടക്കത്തോടെ അവതരിപ്പിക്കുകയാണ് അധ്യാപികയായ ശ്രീദേവി വർമ ഈ കഥയിൽ. സഞ്ചാരസാഹിത്യത്തിലുള്ള കമ്പം, മാതൃഭൂമി യാത്രയുടെ പ്രിയ കോളമിസ്റ്റ് ആക്കി ശ്രീദേവിയെ മാറ്റി. അതേ സഞ്ചാര പ്രിയം ഈ കഥയിലും കഥാപാത്രങ്ങളുടെ അസാധാരണ ചിന്തകളിലും പ്രതിഫലിക്കുന്നുണ്ട്.

'ജലാശയങ്ങൾ പറയാതെ പറഞ്ഞത്' എന്ന ഷെൽനവിജയ് എഴുതിയ കഥയാണ് നവംബറിനെ ചാരി നിൽക്കുന്നത്. പാലക്കാട്, മലയാളത്തിന്റെയും തമിഴിന്റെയും സമ്മിശ്ര സംസ്ക്കാരം പേറുന്ന നാടാണ്. തീർത്തും ഭിന്നമായ രണ്ടു സംസ്ക്കാരങ്ങൾ ഇഴപിരിക്കാനാകാത്ത വിധം ഇഴുകിച്ചേർന്നു കിടക്കുമ്പോഴും രണ്ടു പ്രദേശത്തും ഒന്നുപോലെ നിലകൊള്ളുന്ന ചില പൊതു പ്രശ്നങ്ങൾ ഉണ്ട്. അതിലൊന്നാണ് ചിലർക്കു വാർദ്ധക്യത്തിലും നമ്മൾ അനുവദിച്ചു നൽകാത്ത വിശ്രമ ജീവിതം. ഉന്നത വിദ്യാഭാസം

ലഭിച്ചിട്ടും ജീവിതം രണ്ടറ്റം മുട്ടിക്കാൻ പ്രയാസപ്പെടുന്ന യുവജനങ്ങളും, ജീവിതം മുഴുവൻ ആക്രി പെറുക്കിയിട്ടും മക്കൾ കര പറ്റുമെന്നു പ്രതീക്ഷിച്ചു കൊടുംവെയിൽ ജീവിതത്തിലുടനീളം ഏറ്റു വാങ്ങിയ മാരിയമ്മമാർ ഒരിക്കലും അടുത്തു വരാത്ത വിശ്രമ ജീവിതം മരുപ്പച്ചയെന്നു തിരിച്ചറിഞ്ഞു വീണ്ടും എരിവെയിലിലേക്കു മടങ്ങുന്ന കാഴ്ച്ച. ജലാശയങ്ങൾ വായനക്കാരെ അസ്വസ്ഥരാക്കും, നിശ്ചയം.

ഡിസംബർ മാസം മഞ്ഞു പൊഴിയും കാലമാണ്. ആകാശത്തു നിന്നും പഞ്ഞി പോലെ മഞ്ഞു ശകലങ്ങൾ ഭൂമിയെ മൂടും കാലമാണ്. മനസ്സുകളിൽ പ്രണയം നിറയും കാലമാണ്. ഗീതാ രാജേന്ദ്രൻ എഴുതിയ 'പുനർജനി' എന്ന കഥ വൈകി വന്ന വസന്തത്തിന്റെ കഥയാണ്. മഞ്ഞുകാലത്തു പൊടുന്നനെ സൂര്യൻ പുറത്തു വന്നാൽ? ഇലകൾ തളിരിട്ടാൽ? മുപ്പതു വർഷം ഇലകൾ കൊഴിഞ്ഞൊരു ജീവിതം നയിക്കുന്ന സീതാലക്ഷ്മിയുടെ ജീവിതത്തിൽ വളരെ വൈകി ഒരു മഞ്ഞു മാസത്തിൽ വസന്തം വിടരുന്ന കഥയാണിത്. ചിത്രകലാ അധ്യാപികയായ ഗീതാ രാജേന്ദ്രന്റെ 'പുനർജനി', വായനയിലും നവചൈതന്യം വിടർത്തുന്നു.

പന്ത്രണ്ടു കഥകൾ, പന്ത്രണ്ടു പെൺമനസ്സുകളുടെ സാക്ഷ്യപ്പെടുത്തലാണ്. അവരുടെ ആശങ്കകളും, പ്രത്യാശകളുമാണ്. ഒഴിവു നേരത്തെ വായനയിൽ വ്യത്യസ്ത ചിന്തകൾ അനുവാചകരിൽ വാരി വിതറാൻ കെൽപ്പുള്ള കഥകൾ. ഈ പന്ത്രണ്ടു കഥകൾ, 'കലണ്ടർ കഥകൾ' എന്ന പേരിൽ ശ്രീമതി ലക്ഷ്മി ബിമൽരാജ് എഡിറ്റ് ചെയ്ത് ഫെമിൻഗോ ബുക്സിലൂടെ വായനക്കാർക്കു മുന്നിൽ സമർപ്പിക്കുകയാണ്. നിശ്ചയമായും നിറയെ കഥകൾ എഴുതപ്പെടുന്ന, പുതു എഴുത്തുകാർ നിത്യേനെയെന്നോണം വിടരുന്ന ഇക്കാലത്ത്, പെൺകഥകൾ വായിച്ചു കണ്ടെടുക്കുകയും അതിനെ ഭദ്രമായി അടുക്കി, അവയിലെ ചൂടും തണുപ്പും മഴയും മഞ്ഞും വേനലും അനുവാചകർക്കു പകർന്നു നൽകുന്നതിനും ലക്ഷ്മി ബിമൽരാജ് എന്ന എഡിറ്റർക്കു സാധിച്ചു. അതിൽ ഒരു അധ്യാപികയുടെ ജാഗ്രതയും ചേരുമ്പോൾ വായനയിൽ ഇതൊരു നവ്യാനുഭവമായി മാറുന്നു. കലണ്ടർ കഥകൾ അനുവാചക ഹൃദയം കീഴടക്കട്ടെ.

ദുർഗ മനോജ്

04-04-2022

ഉള്ളടക്കം

ജനുവരി

"I'm a woman
Phenomenally.
Phenomenal woman,
That's me."

-Maya Angelou,
"Phenomenal Woman"

1

നഗരമധ്യത്തിലെ നാരങ്ങാവിൽപനക്കാരി

ശ്രീപാർവ്വതി

നഗരമധ്യത്തിലെ പാർത്ഥസാരഥി റെസിഡെൻസിയുടെ ലോഗ്ബുക്കിലെ വിസിറ്റിംഗ് പർപ്പസ്, എന്ന കോളത്തിൽ എന്തെഴുതും എന്നാലോചിച്ചു പ്രശസ്ത കഥാകൃത്ത് വിക്രമാദിത്യൻ കുറച്ചു നേരം നിന്നു. മുകളിൽ അതേ കോളത്തിൽ നിരത്തിയിട്ട വാക്കുകളുടെ സ്വകാര്യതയിലേക്കു വെറുതെ അയാൾ ഒളിഞ്ഞു നോക്കി. പേഴ്സണൽ, ഒഫീഷ്യൽ, ഇതല്ലാതെ ഈ മനുഷ്യർക്ക് മറ്റൊന്നും പറയാനില്ലേ? സ്വകാര്യം അല്ലെങ്കിൽ ഔദ്യോഗികം, അതിൽ തന്നെ എത്ര വേർതിരിക്കലുണ്ട്!

വിക്രമാദിത്യൻ ഉത്തരംമുട്ടി നിൽക്കുന്നതു കണ്ട് റിസെപ്ഷനിലെ വിപിൻ ആശങ്കയോടെ ആഗതനെ നോക്കി, 'എന്താണിയാൾ ഉത്തരമെഴുതാൻ മടിക്കുന്നത്!' ലോകത്താകെ നടക്കുന്ന തീവ്രവാദി ആക്രമണങ്ങളെക്കുറിച്ചുള്ള വാർത്തകൾ വിപിനും വായിക്കുന്നുണ്ട്, ഇയാളെ കണ്ടാൽ ഒരു അസ്വാഭാവിക ലുക്കും ഉണ്ട്. പതിഞ്ഞ മൂക്കും, കൂർത്ത കണ്ണും, കട്ടിക്കണ്ണടയും, നീണ്ട മീശയും താടിയും, എന്തോ ആലോചിക്കുന്ന മുഖവും... അതോ വല്ല എഴുത്തുകാരനും ആയിരിക്കുമോ? ആവാനും മതി, അവറ്റകൾക്കു സാധാരണ മനുഷ്യന്റെ ആകൃതി ഒന്നും അല്ലല്ലോ, എടങ്ങേറാണോ ഭഗവാനെ,

'സാർ, അവിടെ പൂരിപ്പിക്കണം.'

വിക്രമാദിത്യൻ അസ്വസ്ഥനായി അവനെ നോക്കി.

എന്തെഴുതും എന്നതാണ് ഇവിടെ ഇപ്പൊ പ്രശ്നം എന്ന് ഈ ചെക്കനോടു പറയേണ്ട കാര്യമില്ലല്ലോ!

'താൻ ഈ നഗരത്തെരുവിലെ നാരങ്ങാവില്പനക്കാരിയെ

കണ്ടിട്ടുണ്ടോ?'

വിപിൻ അയാളുടെ മുഖത്തേക്കു സൂക്ഷിച്ചു നോക്കി, പിന്നെ ഉള്ളിൽ ചിരിച്ചു, അതു പുറത്തു പ്രകടിപ്പിക്കാതിരിക്കാൻ അവൻ ശ്രമിച്ചുവെങ്കിലും അതിന്റെ ചീളുകൾ വിപിന്റെ ചുണ്ടിൽ പതുങ്ങിയെത്തി.

'എനിക്കറിയില്ല സാർ, ഞാൻ കണ്ടിട്ടില്ല'

വിക്രമാദിത്യന് ദേഷ്യം വന്നു, ഈ ചെക്കനൊക്കെ കണ്ണുപൊട്ടനാണോ?

'ഈ ഫാനുമിട്ട് മുറിയുടെ അകത്ത് ഇരിക്കുമ്പോ തന്നെപ്പോലുള്ളവരൊന്നും അല്ലെങ്കിലും അങ്ങനെയുള്ളവരെ കാണില്ല, അതിനു മുറിയ്ക്കു പുറത്തേയ്ക്ക് ഇറങ്ങണം'

ഓഹ്ഹ് ഇയാള് എഴുത്തുകാരൻ തന്നെ, ആ ലുക്ക് കണ്ടപ്പോഴേ ഊഹിക്കേണ്ടതായിരുന്നു.

'എല്ലാം കാണാൻ ഞാൻ സാറിനെപ്പോലെ എഴുത്തുകാരനൊന്നും അല്ലല്ലോ'

വിപിന്റെ വാക്കുകൾ വിക്രമാദിത്യന് ഇഷ്ടമായെങ്കിലും അയാളുടെ തലച്ചോർ ആ സത്യം കേട്ടു പുകഞ്ഞു. എല്ലാം കാണാനും, കാണുന്നതെല്ലാം എഴുതാനും എന്തു ബാധ്യതയാണ് ഒരു എഴുത്തുകാരന്? അവനാണോ ഇതിന്റെയൊക്കെ ഉത്തരവാദിത്തം!

ലോഗ്ബുക്കിലെ ആ കോളം എഴുതാതെ വിക്രമാദിത്യൻ അഡ്വാൻസും, ഐഡന്റിറ്റി കാർഡും കൊടുത്തു. എന്നിട്ടു താക്കോലും എടുത്തു മുറി കാണിക്കാൻ നടക്കുന്ന പയ്യന്റെ പിന്നാലെ കയ്യിലെ ചെറുബാഗും നെഞ്ചിൽ ചേർത്തു പിടിച്ചു നടന്നു.

തല പിന്നെയും പുകയുന്നു.

ആ സ്ത്രീ അവിടെ കാണുമോ? അയാൾ ആശങ്കപ്പെട്ടു.

കോതമംഗലത്തു സ്ഥിരതാമസമാക്കിയ പ്രശസ്ത കഥാകൃത്ത് വിക്രമാദിത്യൻ ആദ്യമായി പത്തനംതിട്ട നഗരത്തിലെ ആ നാരങ്ങാവിൽപ്പനക്കാരിയെ കാണുന്നത് ഏതാണ്ടു രണ്ടുമാസം മുൻപായിരുന്നു. പൊൻകുന്നം വഴി പത്തനംതിട്ടയിലേയ്ക്ക് പോകും വഴി, വണ്ടിയോടിച്ചിരുന്ന, സുഹൃത്തായ പപ്പൻ കൊട്ടാരക്കരയുടെ ആദർശദാമ്പത്യത്തെക്കുറിച്ചു വിരസതയോടെ കേട്ടുകൊണ്ടിരിക്കുകയായിരുന്നു അയാൾ. ഇടതുവശത്തെ നഗരകാഴ്ചകളിൽ നിന്നും വേറിട്ടു നിൽക്കുന്ന ഒരു നാരങ്ങാവിൽപ്പനക്കാരി അപ്പോഴാണ് അയാളുടെ ശ്രദ്ധയിൽ പെടുന്നത്. ഇരുവശത്തേക്കും നീണ്ടു കിടക്കുന്ന തെരുവു കച്ചവക്കാരുടെ ഇടയിൽ അവളുടെ

മുഖം വിഷാദത്തിൽ കുതിർന്നിരുന്നു. വെയിൽ അസ്തമിച്ച വൈകുന്നേരത്ത് അവളുടെ മുന്നിൽ കീറച്ചാക്കിൽ മഞ്ഞ നിറമുള്ള നാരങ്ങകൾ യുദ്ധത്തിൽ മരിച്ച മനുഷ്യക്കുഞ്ഞുങ്ങളെ പോലെ അടുക്കിയടുക്കി ഇട്ടിരുന്നു.

അത്രേ കണ്ടുള്ളൂ, അയാൾ തിരിഞ്ഞു ഒന്നുകൂടി നോക്കി, മതിയാകാതെ വീണ്ടുമൊന്നു കൂടി നോക്കി, ഇത്രയും കണ്ടപ്പോൾ പപ്പനു സംശയമായി,

'ഡാ, കാർ നിർത്തണോ?'

വിക്രമാദിത്യനു താൻ കണ്ട കാഴ്ച തുറന്നു പറയാൻ മടി തോന്നി, 'ഏയ്... വേണ്ട, പരിചയമുള്ള ആരെയോ കണ്ടപോലെ..'

ഒരു പരിഹാസച്ചിരിയോടെ പപ്പൻ വീണ്ടും അയാളുടെ ഇരുപതു വർഷം നീണ്ട ദാമ്പത്യത്തിന്റെ വിജയരഹസ്യങ്ങൾ അണുബോംബുനിർമ്മാണ രഹസ്യം പോലെ താഴ്ന്ന ഒച്ചയിൽ വീണ്ടും പറഞ്ഞുതുടങ്ങി. വിക്രമാദിത്യന്റെ ഹൃദയം അപ്പോഴും അവളുടെ അടുത്തായിരുന്നു.

ഏറിയാൽ ഒരു മുപ്പത്തിയഞ്ച്, അതിനപ്പുറം പ്രായം ആ പെണ്ണിനുണ്ടാവില്ല. ചുരിദാറായിരുന്നു വേഷം, ചുരുണ്ട മുടി ഒതുങ്ങിയിരിക്കാതെ സ്വാതന്ത്ര്യം പ്രഖ്യാപിച്ച് അലഞ്ഞു നടക്കുന്നുണ്ടെങ്കിലും അതിനെയൊന്നാകെ അവൾ പിന്നിലേയ്ക്കു ചേർത്തു കെട്ടിവച്ചിട്ടുണ്ട്. പക്ഷേ, ഒരു കാറ്റടിച്ചാൽ അത് ഇളകിയാർത്ത് അവളുടെ മുഖത്തിനു ചുറ്റം നൃത്തം വയ്ക്കുമെന്നു തോന്നുന്നു, സർപ്പം തുള്ളൽ പോലെ...

എന്തിനാണ് ആ മുഖം ഇങ്ങനെ കൊളുത്തി വലിക്കുന്നത്! ഓടുന്ന വണ്ടിയിലിരുന്നു വെറുതേ സങ്കൽപ്പിക്കാമെന്നല്ലാതെ മറ്റൊന്നും വയ്യ!

'നഗരത്തെരുവിലെ നാരങ്ങാവിൽപ്പനക്കാരി'

ഒരു കഥയങ്ങ് ചാമ്പിയാലോ?, വിക്രമാദിത്യൻ ചിന്തിച്ചു. വിഷാദം മുറ്റിയ അവളുടെ ആ ഇരുപ്പ് അത്രമാത്രം അയാളെ ബാധിച്ചിരുന്നു. പക്ഷേ, അവളെ നേരിൽ കാണണം, അവളുടെ ജീവിതം കാണണം, അവളോട് സംസാരിക്കണം, എഴുതണം. അതിനു വിക്രമാദിത്യൻ കണ്ടെത്തിയ ആശയമായിരുന്നു, അവളിരിക്കുന്ന തെരുവിന്റെ എതിർവശത്തുള്ള പാർത്ഥസാരഥി റെസിഡെൻസിയിൽ മുറിയെടുക്കുക എന്നത്. മുകളിൽ നിന്നു നോക്കിയാൽ കാണാമോ എന്ന ആശങ്കയുണ്ടായിരുന്നെങ്കിലും കൃത്യമായി അവളുടെ മുഖത്തു വെയിലടിക്കുന്നതു കാണാവുന്ന ബാൽക്കണി

യുള്ള മുറി തന്നെ അയാൾക്കു കിട്ടി.

ആദ്യം അവളെ കണ്ട സമയത്ത് അയാൾ മറ്റൊരു കഥയെഴുത്തിലായിരുന്നു,

'അധോലോകത്തിലെ തടവുകാർ' അതായിരുന്നു കഥയുടെ പേര്. കൊച്ചിയിലെ ഒരു അധോലോകനേതാവായ ചെറുപ്പക്കാരന്റെ മാനസികനില തെറ്റുന്നതും അവൻ പിന്നീടു വഴിമാറി നോവലിസ്റ്റ് ആകുന്നതുമായിരുന്നു കഥ. മാസങ്ങൾ നീണ്ട എഴുത്തിനും തിരുത്തിയെഴുത്തിനുമൊടുവിൽ ചൂടോടെ ഇന്നലെ അത് അച്ചടിക്കാൻ അയച്ചു കൊടുത്തേയുള്ളൂ. പത്രാധിപർ അതെടുത്തു, അതെ ചൂടോടെ വെയിസ്റ്റ് പാത്രത്തിൽ തട്ടുമോ എന്നൊന്നും ചിന്തിക്കാനുള്ള സമയം പോലുമെടുക്കാതെ വിക്രമാദിത്യൻ രാത്രി തന്നെ ബാഗും മൊബൈലും പഴ്സുമെടുത്ത് പത്തനംതിട്ടയ്ക്കു വണ്ടി കയറിയതാണ്.

ഇനിയുള്ള കഥ അവിടെയാണ്. ആ നഗരത്തെരുവിൽ.

അന്ന് ഉച്ചമുതൽ, തന്നെ ആരോ മാനഭംഗം ചെയ്യുന്നതുപോലെ നിത്യചൈതന്യയ്ക്കു തോന്നി. തനിക്കു സമാന്തരമായി കിടക്കുന്ന രണ്ടു വഴികളിലേയ്ക്കും അവൾ നോക്കി, അങ്ങനെ പ്രത്യേകിച്ച് ആരുമേയില്ല, മുന്നിലും പിന്നിലും ആരുമില്ല, പക്ഷേ, എവിടെനിന്നോ ചുഴിഞ്ഞെത്തുന്ന ക്രൂരമായ നോട്ടം ഈ നഗരത്തിന്റെ തിരക്കുള്ള തെരുവിൽ വച്ചു തന്നെ ബലാത്സംഗം ചെയ്തുകൊണ്ടിരിക്കുന്നു. ശരീരത്തിന്റെ ഏതെങ്കിലും പ്രത്യേക ഇടത്തിലേക്കു നോക്കിക്കൊണ്ടിരിക്കുന്നതു പോലെയല്ല, ഉടലാകെ ഒരു പ്രത്യേക ദൃഷ്ടിയിലേയ്ക്കു ചുരുങ്ങുന്ന പോലെയാണിത്.

മുന്നിലെ പഴയ ഗന്ധമുള്ള ചാക്കിൽ കുന്നുപോലെ മഞ്ഞിച്ചു മൂത്തുപഴുത്ത നാരങ്ങയും വലുതും ചെറുതുമായ നെല്ലിക്കയുമുണ്ട്. ഇപ്പോൾ കൂടുതൽ പേർക്കും ചെറിയ നെല്ലിക്കയാണ് ആവശ്യം. അതു വാങ്ങാൻ വരുന്നവരുടെ മുഖത്ത് പണ്ട് വീട്ടിലെ മുറ്റത്തെ നെല്ലിമരം കുലുക്കി നെല്ലിക്ക പറിച്ചുകഴിച്ച് മുഖം ചുളിപ്പിച്ചതിന്റെ ഗൃഹാതുരതയുണ്ട്. വലിയ നെല്ലിക്ക വാങ്ങാൻ വരുന്നവരും കുറവല്ല, അച്ചാർ ഇടാനും ജ്യൂസ് അടിക്കാനും സംഭവം ബെസ്റ്റാണ്!

ചൂടുകാലത്തു നാരങ്ങായ്ക്കാണു കൂടുതൽ ഡിമാൻഡ്. പക്ഷേ, രാവിലെ മുതൽ വൈകുന്നേരംവരെ ഇരുന്നാലും അഞ്ചു കിലോയിൽ കൂടുതൽ അങ്ങോട്ടു വിറ്റു പോകുന്നതേയില്ല. കഴിഞ്ഞ വേനൽക്കാലത്തു ദിവസം പതിനഞ്ചു കിലോ വരെ വിറ്റ ദിവസ

ങ്ങളുണ്ടായിരുന്നു. നാരങ്ങാ ഇരുപത്തിയഞ്ചു കിലോയുടെ ഒരു ചാക്ക് എടുക്കണമെങ്കിൽ രൂപ ആയിരം മറിക്കണം. അതു വിൽപ്പനയിൽ ലഭിച്ചില്ലെങ്കിൽ യാത്രക്കൂലിയും ലാഭവും ഒന്നുമുണ്ടാകില്ല. വിൽപ്പനയാകെ നഷ്ടത്തിലാകും. എന്തൊരു പൊരിവെയിലാണിത്! വലിയ വെയിൽ നേരിട്ടു മുഖത്തേയ്ക്കു പതിക്കുന്ന സ്ഥലമല്ലെങ്കിൽപോലും ഫുട്പാത്തിൽ കുനിഞ്ഞിരിക്കുമ്പോൾ പിന്നിലൂടെ പൈപ്പ് വെള്ളം ഒഴുകുന്ന പോലെ കഴുത്തിൽ നിന്ന് ഒലിച്ചിറങ്ങുന്നു. പിന്നെയതു നട്ടെല്ലിലെ ഏതൊക്കെയോ കശേരുക്കളിൽ കുടുങ്ങി ഉണങ്ങി വലിഞ്ഞുപോകുന്ന പോലെ.

ഇതിനിടയിലാണ് ആരോ നോക്കുന്നുവെന്ന ചിന്ത. ഒരു ദാക്ഷിണ്യവുമില്ലാതെ ആരോ തന്നെ നോക്കുന്നുവെന്ന അനുഭവം അന്നത്തെ ദിവസം ഉച്ചയ്ക്കു ശേഷം അവളെ വല്ലാതെ ബാധിച്ചു.

'അണ്ണാ, എന്നെയാരോ നോക്കുന്നൊണ്ട്!'

അവൾ തൊട്ടടുത്ത് നിന്ന് ഉള്ളിയും സവോളയും ഉരുളക്കിഴങ്ങും വണ്ടിയിൽ വിൽക്കുന്ന ചെക്കിനോടു പറഞ്ഞു.

'ചെക്ക്' എന്നത് അയാളുടെ വിളിപ്പേരാണ്, സ്വയം അയാൾ ഇട്ട പേര് ചെഗുവേര എന്നാണ്. ബൊളീവിയൻ ഡയറിക്കുറിപ്പുകൾ വായിച്ചു സ്വയം ഒരു പോരാളിയായി സങ്കല്പിക്കുകയും, തന്നെ സ്നേഹിക്കുന്നവരെ ആരെങ്കിലും ഏതെങ്കിലും വിധത്തിൽ ദ്രോഹിച്ചാൽ അവരെ ഒളിച്ചിരുന്നു മൂർച്ചയുള്ള കല്ലുകൊണ്ട് എറിഞ്ഞു വീഴ്ത്തുന്നതും ചെക്കിന്റെ ഒരു സ്വഭാവമായിരുന്നു.

'ആരാ നിന്നെ നോക്കുന്നെ?'

ചെക്ക് ചുറ്റും നോക്കി, നിര തെറ്റിയോടുന്ന വാഹനങ്ങളുടെ ഉടലുകൾ ഒച്ചിഴയും പോലെ മന്ദഗതിയിലാണിപ്പോൾ. മുൻപിലെവിടെയോ ഒരു കൊടുംബ്ലോക്ക് രൂപപ്പെട്ടിട്ടുണ്ടാവണം. അതിനിടയിൽ കിട്ടിയ സമയത്തു വഴിയരികിൽ നിൽക്കുന്ന ഒരു പെണ്ണിനെ നോക്കാൻ വാഹനങ്ങളിൽ ആർക്കെങ്കിലും തോന്നിയാലും മതിയല്ലോ, 'ആരാടാ അത്?'

ചെക്ക് കൈലി ചുരുട്ടി ഒന്നുകൂടി മടക്കിക്കുത്തി പുറത്തേയ്ക്കിറങ്ങി.

'അണ്ണാ, അങ്ങനെയല്ല, ഉച്ചമുതൽ എവിടെനിന്നോ ആരോ ഇങ്ങനെ നോക്കുന്നതു പോലെ തോന്നുന്നുണ്ട്.'

'ങേ!' ചെക്ക് അവളെ തല തിരിച്ചുനോക്കി, ഇവക്ക് വട്ടായോ! ആരോ നോക്കുന്നതു പോലെ തോന്നുന്നു പോലും, ആര്, എവിടെയിരുന്ന് ഇവളെ നോക്കാൻ! ചെക്ക് ആ പരിസരം ആകമാനം

വീക്ഷിച്ചിട്ടും ഒരു പൂച്ചകുഞ്ഞു പോലും നിത്യയുടെ മുഖത്തേയ്ക്കു നോക്കുന്നതു കാണാൻ അയാൾക്കായില്ല.

'നിനക്കു തോന്നുന്നതാടീ' എന്നും പറഞ്ഞു ചെക്ക് വീണ്ടും മുറുക്കിയുടുത്ത കൈലി മടക്കിക്കുത്തിയത് അഴിച്ചിട്ടു ഉന്തുവണ്ടിയുടെ മറവിലെ കസേരയിൽ വന്നിരുന്നു ഈച്ചയെ ഓടിച്ചു കളിക്കാൻ തുടങ്ങി.

ശ്ശെ, പറയണ്ടായിരുന്നു, നിത്യയ്ക്ക് തോന്നി. അല്ലെങ്കിലും ഒരാൾ നോക്കുന്നു എന്നത് ഒരു തോന്നലാണ് ഇപ്പോൾ. സത്യമായും അയാളെ കാണാത്ത കാലത്തോളം അത് ഉള്ളതാണോ എന്നത് ഉറപ്പില്ല, എങ്കിലും ആരോ ഒരാൾ തന്നെത്തന്നെ ഉറ്റുനോക്കുന്നുണ്ട്, അതുറപ്പാണ്, തിളച്ചുവീണ വെയിലിന്റെ തീക്ഷ്ണതയുള്ള കണ്ണുകളാണത്. അതിൽ പ്രണയമാണോ, കാമമാണോ എന്ന് അവൾക്കു മനസ്സിലായില്ല, പക്ഷേ നിത്യചൈതന്യ ആകപ്പാടെ ഞെളിപിരികൊണ്ടു, കാരണമില്ലാതെ ഒരു വിഷാദം അവളെ വീണ്ടും പിടിമുറുക്കി. കൈയിലിരുന്ന ഷാൾ കൊണ്ട് അവൾ തലയും ഉടലും മൂടി, തണുപ്പുകാലത്തെ മരച്ചില്ല പോലെ കൂനിയിരുന്നു.

ഇപ്പോൾ ആ കണ്ണുകൾ, പുതച്ചിരുന്ന വസ്ത്രവും കടന്നു ശരീരത്തിലേക്ക് ആഴ്ന്നിറങ്ങുന്നതായും, ഉടൻ തന്നെ വസ്ത്രമഴിച്ചു കളയണമെന്നും അറിയാതെ അതിനകത്തുപെട്ടുപോയ കണ്ണുകളെ വലിച്ചെറിഞ്ഞു കുടഞ്ഞുകളയണമെന്നും അവൾക്കു തോന്നി.

എന്തൊരു അസ്വസ്ഥതയാണിത്!

നിത്യചൈതന്യ എഴുന്നേറ്റ് ഫുട്പാത്തിലൂടെ വെറുതെ നടന്നു. ചെക്കിന്റെ ഉന്തുവണ്ടിക്കട കഴിഞ്ഞാൽ ഭാസ്കരേട്ടന്റെ മത്സ്യക്കടയാണ്. നെത്തോലി മുതൽ വലിയ സ്രാവിന്റെ നടുക്കഷ്ണം വരെ കിട്ടുന്ന മത്സ്യവണ്ടിക്കട. രാവിലെ നീണ്ടകര പോയി മത്സ്യം എടുത്തോണ്ടു വന്നു രാത്രിവരെ ഭാസ്കരേട്ടൻ നഗരത്തിലെ ആ തെരുവിലിങ്ങനെ നിൽക്കും. ഒന്നിരിക്കാൻ പോലും അയാൾക്ക് സമയമില്ലെന്ന് ചെക്ക് അസൂയയോടെ പറയും, സംഗതി സത്യമാണ്, ഭാസ്കരേട്ടന് ഒട്ടുംസമയമില്ല ഏതുനേരവും കടയിൽ തിരക്കാണ്.

'ഓരോ മീനും കടലിലെ കഥകളും കൊണ്ടാ വരുന്നേ, മുറിച്ചു കഴുകുമ്പോൾ അതിന്റെ ഉള്ളിൽ നിന്ന് ആ കഥയിറങ്ങി വരും,' ഭാസ്കരേട്ടൻ പറയും. വയസ്സ് അറുപതായെങ്കിലും നാല്പതുകാരന്റെ ഉശിരും മനസും ആരോഗ്യവുമാണ് അയാൾക്ക്.

'പിന്നേ, മീൻ മുറിക്കുമ്പോ കഥയല്ല, കൊടലാ ഇറങ്ങി വരുന്നേ, ഇയാൾക്ക് വട്ടാ'

സ്വന്തം മനസ്സാക്ഷിയ്ക്ക് മുന്നിൽ വെളിപ്പെടാത്തതെല്ലാം ചെക്കിന് വട്ടുകളാണ്.

'അത്തരം വട്ടുകളാണ് മനുഷ്യനെ വേർതിരിക്കുന്നത് ചെക്കേ', ഭാസ്കരേട്ടനെ കേട്ടിരിക്കുന്ന നിത്യചൈതന്യയ്ക്ക് അത്രയെങ്കിലും പറയാതെ വയ്യ!

ചെക്ക് കമ്മ്യൂണിസ്റ്റ് ഒന്നുമല്ല, അയാൾക്ക് രാഷ്ട്രീയവുമില്ല, പക്ഷേ, സ്വന്തമായി വീടും കുടിയുമില്ലാത്ത, വീട്ടുകാരില്ലാത്ത ഒരു അനാഥനു സ്വന്തമായി ഒരു പേരെങ്കിലും വേണമെന്നു കരുതിയാണ് അവൻ അവനെത്തന്നെ ബൊളീവിയൻ പോരാളിയായ ചെഗുവേരയാക്കിയത്. മനുഷ്യനു ജീവിക്കണമെങ്കിൽ അവൻ സ്വപ്നം കാണുന്ന ചിലതെങ്കിലും വേണം, അല്ലെങ്കിൽ അതുണ്ടെന്ന് സങ്കല്പിക്കുകയെങ്കിലും വേണം.

നിത്യചൈതന്യയുടെ കണ്ണുകൾ, തന്നെ നോക്കുന്ന കണ്ണുകളെ തിരഞ്ഞുകൊണ്ടേയിരുന്നു. ഒടുവിൽ വളരെ യാദൃശ്ചികമായാണ് അവളുടെ കണ്ണുകൾ പാർത്ഥസാരഥി റെസിഡെൻസിയുടെ മുകളിലെ ബാൽക്കണിയിലേയ്ക്കു നോക്കിപ്പോയത്.

പെട്ടെന്ന് അവിടെ നിന്നു ആരോ മാറുന്നതുപോലെ തോന്നിയോ?

ആളെ കണ്ടില്ല. ഒരു പക്ഷേ, അതിനി തോന്നലാണോ? എന്നിരുന്നാലും ആ തീക്ഷ്ണരശ്മികൾ അവിടെനിന്നാണു പൊട്ടിപ്പുറപ്പെട്ടു പ്രവഹിച്ച് എത്തുന്നതെന്നവൾക്കു തോന്നി. പിന്നെയവൾ ഓരോ മിനിട്ടിലും ആ ദിശയിലേക്കും നോക്കാനാരംഭിച്ചു. ആരേയും കാണാനില്ല, പക്ഷേ അതിസൂക്ഷ്മമായി ആരോ തന്നെ വീക്ഷിക്കുന്നുണ്ട്, ആ തരംഗം അവിടെനിന്നാണ് ഉലഞ്ഞെത്തുന്നത്. പ്രളയം പോലെ തീക്ഷ്ണമായ ഒരു പ്രവാഹം. ഈ പ്രവാഹം ഇനി ഏതു ചരിത്രത്തിന്റെ നേർക്കാണു കണ്ണു പായിക്കുന്നതാവോ!

പകൽ കണ്ണടയ്ക്കാൻ നേരമാകുന്നു. ഇരുട്ടിന്റെ നാവുകൊണ്ട് നഗരത്തിന്റെ ഉടലിനെ ആസകലം നക്കിത്തുവർത്തുന്നു. നിത്യചൈതന്യ എഴുന്നേറ്റു. അവൾ മൂടിപ്പുതച്ചിരുന്ന ഷാൾ എടുത്തു നിലത്തേയ്ക്കിട്ടു. ചാക്കിനു മുകളിൽ അടുക്കിവച്ചിരുന്ന നാരങ്ങായെടുത്തു പുതിയൊരു ചാക്കിലേയ്ക്കു നിറയ്ക്കാൻ തുടങ്ങി. നെല്ലിക്കയും, വേറെ വേറെ ചാക്കുകളിൽ എടുത്തു വച്ചു. ചാക്കിൽ നാരങ്ങാ ഇനിയും പകുതിയോളമുണ്ട്. നാളത്തേയ്ക്ക് അമ്മച്ചി പുതിയ ചാക്കു നാരങ്ങാ പറഞ്ഞിട്ടുമുണ്ട്, അതു വാങ്ങാൻ

പോലും ഇന്നത്തെ കാശു തികയുകയുമില്ല, ഇന്നത്തെ ബാക്കി എന്തു ചെയ്യാൻ? ആലോചിച്ചിട്ടു നിത്യയ്ക്ക് ഒരു എത്തും പിടിയും കിട്ടിയില്ല. പക്ഷേ, മടങ്ങിപ്പോകണമെന്ന ചിന്ത അന്നാദ്യമായി അവളെ നോവിച്ചു. തനിക്കുനേരെ അപ്പോഴും നീണ്ടുനിൽക്കുന്ന ആരുടെയോ കണ്ണുകളിലേയ്ക്ക് അവൾ വെളിച്ചപ്പെട്ടു. കണ്ണുകൾ തുറന്നുവെച്ചു, 'ഇതാ ഞാൻ, ഇതാണു ഞാൻ, കടന്നു വരൂ' എന്നപോലെ അവൾ തലയുയർത്തി തെരുവിനെ ആകമാനം നോക്കി. തെരുവുവിളക്കിന്റെ മഞ്ഞവെളിച്ചം അവിടമാകെ ചിതറിത്തെറിച്ചു. ആഗ്രഹിച്ചതു പോലെ നാരങ്ങകൾ വിറ്റു പോയില്ലെങ്കിലും നിത്യചൈതന്യയുടെ മുഖം മഞ്ഞ വെളിച്ചത്തിൽ മനോഹരമായി പ്രതിഫലിച്ചു. അവൾക്കു പതിവിലേറെ സന്തോഷം തോന്നി.

അവൾ തന്നെ കണ്ടുവോ?

വിക്രമാദിത്യന് ആശങ്ക അടക്കാനായില്ല. ഒരു തവണ നോക്കിയപ്പോൾ പിടികൊടുക്കാതെ ഒളിഞ്ഞതാണ്. പിന്നെ അവൾക്കു മുന്നിൽ നേരെനിന്നു നോക്കിയിട്ടില്ല, എങ്കിലും അവൾ ഇടയ്ക്കിടയ്ക്ക് ഇങ്ങോട്ടേക്ക് നോക്കുന്നുണ്ടായിരുന്നു. അവൾക്കെങ്ങനെ മനസ്സിലായി ഒരാൾ അവളെ നോക്കുന്നുണ്ടെന്ന്? ഒരേ വ്യക്തിയെ ആവർത്തിച്ചു നോക്കികൊണ്ടിരുന്നാൽ എന്തു തരംഗമാണു നോക്കുന്നയാളിൽ നിന്നു നോക്കപ്പെടുന്നവരിലേയ്ക്കു പ്രവഹിക്കുക!

ആ നോക്കിലും പക്ഷേ, അവൾ വിഷാദിയാണ്.

മഞ്ഞുകാലത്ത് മഞ്ഞുനിറഞ്ഞു തലകുനിഞ്ഞു നിൽക്കുന്ന ഓക്ക് മരങ്ങൾ പോലെ അവൾ വെയിലേറ്റ്, തലകുനിച്ച് തനിച്ചിരിക്കുകയായിരുന്നു. സന്ധ്യയുടെ കൈപ്പടം വന്നുമൂടുമ്പോൾ അവൾ എഴുന്നേറ്റു നിരത്തി വച്ചവയെല്ലാം പെറുക്കിക്കൂട്ടി വണ്ടിയിലിട്ടു വീട്ടിലേയ്ക്കു മടങ്ങുന്നു.

കൊണ്ടുവെച്ചതെല്ലാം അതുപോലെ അവളുടെ മുന്നിലെ ചാക്കിൽ ബാക്കിയുണ്ടെന്ന് വിക്രമാദിത്യന് തോന്നി. എങ്ങനെയാണ് അവളെപ്പോലെ ഒരു പെൺകുട്ടി ജീവിക്കുന്നത്!

ഇത്രയും പ്രായമായിട്ടും വിവാഹം കഴിച്ചിട്ടുണ്ടാകുമോ?, അവൾക്കു മറ്റാരുമുണ്ടാകില്ലെങ്കിലോ...?

പലവിധ ചോദ്യങ്ങളെ വിക്രമാദിത്യൻ ഗ്ലാസ് നിറച്ചുവെച്ച വോഡ്കയിലേയ്ക്ക് സോഡയ്ക്ക് പകരം വെള്ളത്തോടൊപ്പം ചേർത്തൊഴിച്ചു. പതിവുപോലെ സിപ്പ് ചെയ്യാൻ ക്ഷമയില്ലാതെ അയാൾ ഒറ്റവലിക്ക് ആശങ്കകളെ കാലിയാക്കി.

നാളെ അവളുടെ അടുത്തേയ്ക്ക് ഇറങ്ങിച്ചെല്ലണം, അവളെക്കു

റിച്ച് അറിയണം, അവളോടു സംസാരിക്കണം. വിക്രമാദിത്യൻ ഉറപ്പിച്ചു.

ലോകം മൊത്തത്തിൽ ഒരു വലിയ കണ്ണാണ്. തന്റെ ശരീരത്തിലേയ്ക്ക് അതിന്റെ ലെൻസുകൾ തിരിച്ചുവെയ്ക്കപ്പെട്ടിരിക്കുന്നുവെന്നു നിത്യചൈതന്യയ്ക്ക് തോന്നി. രാവിലെ ഏഴരയ്ക്ക് വന്നു ലോറിയിൽ നിന്നും ഒരു വലിയചാക്ക് നാരങ്ങയും, നെല്ലിക്കയും, ഭാരം തൂക്കുന്ന പെട്ടിയും എടുത്തു, ചാക്കു വിരിച്ച് അതിലേക്കു കുടഞ്ഞിടുമ്പോൾ അവൾ വീണ്ടും ചുറ്റും നോക്കി.

ചെക്ക് അവന്റെ കച്ചവടം തുടങ്ങിക്കഴിഞ്ഞു, ഭാസ്കരേട്ടൻ പത്തുമണിക്ക് ശേഷമാണ് തെരുവിലെത്താറുള്ളത്. ഇപ്പുറത്തെ വശത്തുള്ള രത്നമ്മച്ചെച്ചിയുടെ അടിവസ്ത്രക്കച്ചവടവും ഇമ്മട്ടിയുടെ മാമ്പഴവിൽപ്പനയും തുടങ്ങിക്കഴിഞ്ഞു.

'ഇന്ന് നിനക്ക് നിറയെ ആളുണ്ടാവും', ചെക്ക് ആശംസിക്കുന്നു.

'അങ്ങനെയാവട്ടെ!'

വിക്രമാദിത്യൻ ചെക്കിന്റെ ഉന്തുവണ്ടിയുടെ ഒരു അരികിലായി ആരെയോ തിരയാൻ വന്നുനിൽക്കും പോലെ അവളുടെ നാരങ്ങയോട് ഒട്ടി നിന്നു.

ജീവിതം പഠിക്കേണ്ടത് ഇങ്ങനെയാണ്!

മനുഷ്യരുടെ അടുത്തു വന്നു നിന്ന്, അവരോടു ഒട്ടിയിരുന്ന്...

'എടീ നിന്റെ അച്ഛൻ കറക്കം കഴിഞ്ഞു വന്നോ?'

രത്നമ്മചേച്ചിയുടെ നേർക്കു നിത്യ സങ്കടത്തോടെ നോക്കുന്നു. അവളൊന്നും മിണ്ടിയതേയില്ല.

'ഒഹ്ഹ് അവളുടെ അച്ഛൻ എന്നിറങ്ങിപ്പോയതാ രത്നമ്മചേച്ചിയെ, അങ്ങേരു അങ്ങേരെ അന്വേഷിച്ചങ്ങു പോയി, ഇനി തിരിച്ചു വരില്ലെന്നറിഞ്ഞു വച്ചോണ്ട് ചേച്ചി എന്നും ഇത് ചോദിക്കുന്നതെന്തിനാ?' ചെക്കിന് ദേഷ്യം വന്നു.

ചില പതിവു ചോദ്യങ്ങൾ നമ്മളെ ഉരുക്കി ഉരുക്കി സ്വർണമാക്കാനുള്ളതാണെന്നു വിക്രമാദിത്യനു തോന്നി. അയാൾ പതുക്കെ ചെക്കിനോട് അവളുടെ അച്ഛനെക്കുറിച്ചു ചോദിച്ചു. തന്റെ വൈകാരികതയോടു ചേർന്നുനിന്ന ആ നിമിഷത്തിൽ, അയാൾ ആരാണെന്നുപോലും നോക്കാതെ ചെക്ക് അവളുടെ അച്ഛനെ കുറിച്ചു പറഞ്ഞു തുടങ്ങി.

'നിത്യചൈതന്യയതിയുടെ ശിഷ്യനായിരുന്നു അവളുടെ അച്ഛൻ, ഗുരുവിന്റെ ഓർമ നിലനിർത്താൻ മകൾക്കു ഗുരുവിന്റെ പേരുമിട്ടു, പക്ഷേ അവൾക്ക് പത്തു വയസ്സുള്ളപ്പോ അവളെയും അമ്മയെ

യും ഒരു വയസ്സുള്ള അവളുടെ അനിയനേയും ഉപേക്ഷിച്ച് അയാൾ പുറപ്പെട്ടു പോയി. ഇപ്പോൾ എവിടെയാണോ ആർക്കറിയാം? തിരഞ്ഞു പോകാനുള്ള ആവതു നിത്യയുടെ അമ്മയ്ക്ക് ഇല്ലല്ലോ.'

ചെക്ക് ഒന്നും കേൾക്കാതെ കുനിഞ്ഞിരിക്കുന്ന നിത്യയെ നോക്കി, ഒപ്പം വിക്രമാദിത്യനും.

ശേഷം ആ അമ്മ, അവർ മുണ്ടു മുറുക്കിയുടുത്തു മകളേയും മകനേയും വളർത്തിയിട്ടുണ്ടാവണം. വിവാഹപ്രായം കഴിഞ്ഞിട്ടും തെരുവിൽ കച്ചവടത്തിനിരിക്കുന്ന പെണ്ണിന്റെ ശരീരത്തിനു മുകളിൽ വീഴുന്ന പരുക്കൻ കണ്ണുകളെക്കുറിച്ച് അറിയാൻ വയ്യാഞ്ഞിട്ടല്ല, പക്ഷേ, മറ്റു മാർഗ്ഗമില്ലാതെ അവർ അവളെ അതിജീവിക്കാൻ പഠിപ്പിക്കുന്നു. എത്ര ചോദ്യങ്ങൾ നാരങ്ങയ്ക്കു മുകളിലൂടെ അവളുടെ ശരീരത്തിൽ വന്നു പതിച്ചിട്ടുണ്ടാവണം! പക്ഷേ അതിജീവനം എന്നു പറഞ്ഞാൽ ചോദ്യങ്ങളിൽ നിന്നുള്ള രക്ഷപ്പെടൽ കൂടിയാണല്ലോ!

'ശിഷ്യന്മാർക്ക് ഒരിക്കലും ഗുരുവിന്റെ വിവേകം കിട്ടില്ല. അല്ലേ സാറേ? അല്ലെങ്കിൽ അയാള് ഇവളെയും അമ്മയെയും അനിയനെയും ഉപേക്ഷിച്ചു പോകുവോ!'

ശരിയാണ്, ശിഷ്യന്മാർക്കും അണികൾക്കും ഒരിക്കലും തങ്ങളുടെ മുകളിൽ നിൽക്കുന്ന നേതാവിന്റേയോ ഗുരുവിന്റേയോ ആത്മവിശാസമോ കരുത്തോ ലഭിക്കുന്നതേയില്ല. അവരൊക്കെ വെറും അനുയായികൾ മാത്രമായിപ്പോകുന്നു.

ചെക്ക് അയാളുടെ മുന്നിൽ വന്ന ഒരു സ്ത്രീയ്ക്ക് ഒരു കിലോ സവോളയും ഉരുളക്കിഴങ്ങും പൊതിഞ്ഞു കൊടുക്കുന്ന തിരക്കിലാണ്. ആരും വരാത്ത വഴിയിൽ വെയിൽച്ചൂടേറ്റു നിത്യ ഉരുകി വാർന്നു വീണുകൊണ്ടിരുന്നു.

അയാൾക്ക് അവളോടു കുറെ ചോദ്യങ്ങൾ ചോദിക്കണമെന്നുണ്ടായിരുന്നു,

നിന്റെ അനിയൻ എവിടെയാണ്?

നിന്റെ അമ്മ എന്ത് ജോലിയാണ് ചെയ്യുന്നത്?

നിനക്ക് ഒരു ജീവിതം വേണ്ടേ?

നിനക്ക് മറ്റെന്തെങ്കിലും ജോലി ചെയ്തൂടെ?

നീ, നീ... എന്റെകൂടെ പോരുന്നോ?

അങ്ങനെ കുറെ ചോദ്യങ്ങൾ. തെരുവിൽ ജീവിതത്തോടു പൊരുതുന്ന പെണ്ണിനോടു ചോദ്യങ്ങൾ ചോദിക്കാൻ എന്തുകൊണ്ടാണ് ആണുങ്ങൾ ഇത്ര അശക്തരാകുന്നതെന്ന് അയാൾക്ക് മനസ്സി

ലായി. നാവിറങ്ങിപ്പോയിരിക്കുന്നു. തന്റെ മുന്നിൽ, ആർത്തി പെരുത്തെത്തുന്ന കണ്ണുകൾക്കു മുന്നിൽ ചൂളിക്കൊണ്ട് അവൾ നാരങ്ങാ തൂക്കിനൽകുന്നു. അവൻ പോയശേഷവും ഷാൾ ഉടലിലേയ്ക്കു വലിച്ചിടുന്നു. എത്ര മറച്ചിട്ടും മറയാതെ പിന്നെയും എന്തോ ബാക്കിയുണ്ടെന്ന് അവൾക്ക് തോന്നുന്നുണ്ട്.

'എന്താ സാറേ നാരങ്ങാ വേണോ?'

ഏറെ നേരമായി പിന്നിൽ നിൽക്കുന്ന വിക്രമാദിത്യനോട് അവൾ മൗനം വെടിഞ്ഞു.

'ഇല്ല.... ഇല്ല...!'

അയാൾക്കൊന്നും പറയാൻ തോന്നിയില്ല. വിക്രമാദിത്യൻ അവളെ ഭയന്നു. ചോദ്യങ്ങൾ ചോദിക്കാതെ പൊടുന്നനെ അയാൾ അവളെ തെരുവിലുപേക്ഷിച്ചു നടന്നു പോയി.

അപരിചിതൻ റോഡിനെതിർവശത്തെ പാർത്ഥസാരഥി റെസിഡെൻസിയിലേയ്ക്കു കയറിപ്പോകുന്നത് നിത്യചൈതന്യ കണ്ടിരുന്നു. അവൾക്കു തമാശ തോന്നി. എന്തു ഭീരുക്കളാണ് ഈ പുരുഷന്മാർ. മുന്നിൽ വന്നു കണ്ണുകൾ കൊണ്ട് ബലാത്സംഗം ചെയ്യാനും ഇരുട്ടിന്റെ മറവിൽ ആർത്തി പെരുത്ത് 'വീട്ടിലേയ്ക്ക് വരുന്നോ' എന്ന് ക്ഷണിക്കാനും മാത്രമേ അവർക്കറിയൂ.

കഴിഞ്ഞ പതിനഞ്ചു വർഷമായി പല പണികൾക്കൊടുവിൽ ഇവിടെയീത്തെരുവിന്റെ മധ്യത്തിലെത്തുമ്പോൾ കേട്ടു മടുത്ത എത്ര ചോദ്യങ്ങളാണ്!

ഇരുട്ടുമൂടിത്തുടങ്ങുമ്പോൾ നാരങ്ങയോടൊപ്പം വിരൽതൊട്ട ആണൊരുത്തന്റെ ഉൾക്കിനാവുകൾ മനസ്സിലാക്കാൻ ഒരു സ്കൂളിലും പോയി പഠിക്കേണ്ട, ഉള്ളിൽ ഒറ്റയ്ക്കാണെന്ന ബോധ്യമുള്ള ഒരു പെണ്മനസ്സ് ഉണ്ടായിരുന്നാൽ മതി. ഏകാകിനിയാണ്, അതുകൊണ്ട് ഏതൊരു മുഖവും, ഏതൊരു ശബ്ദവും മനസ്സിന്റെ അരിപ്പയിൽ അരിച്ചെത്തും. നെഞ്ചിനുള്ളിൽ ഭയം ഒരു പാമ്പിനെപ്പോലെ പൊത്തിനുള്ളിൽ നിന്ന് ഇഴഞ്ഞെത്തുമ്പോഴും ഒരു നീളൻ കമ്പെടുത്ത് അതിനെ അടിക്കാനുള്ള ചങ്കൂറ്റം മുഖം കാണിക്കും.

ഒറ്റയ്ക്കായിപ്പോയ ഏതു സ്ത്രീയ്ക്കുമുണ്ടാവില്ലേ ഇതുപോലെ രണ്ടു മുഖങ്ങൾ? അകമേയുള്ള വിഷാദങ്ങളെയും ഭീതികളെയും അവിടെത്തന്നെ കുഴിച്ചുമൂടി കണ്ണുകളിൽ തീ എരിയിക്കുന്ന സ്ത്രീ. വേറെ നിവൃത്തിയില്ല. ജീവിച്ചേ പറ്റൂ! ഒച്ചയുയർത്തിപ്പോകും, മിഴികൾ അഗ്നി ഗോളങ്ങളായി മാറിപ്പോകും... ചുണ്ടുകൾ വിറച്ചുപോകും...

പെണ്ണിന്റെ അമർത്തിയ മൂളലിൽ പുരുഷൻ കണ്ണാടിപ്പാത്രങ്ങളാകുന്നു. തകർന്നു നിലത്തു വീഴുന്നു. വീണ്ടുമെവിടെ നിന്നോ ശരീരത്തിലേയ്ക്കു ധാരപോലെ പ്രവഹിക്കുന്ന നോട്ടങ്ങളുടെ ഉറവിടത്തിലേക്കവൾ നോക്കിയില്ലെങ്കിലും നിത്യചൈതന്യ അതു കാണാതെ കണ്ടു. ഇത്തവണ അതിൽ സ്നേഹത്തിന്റെ ഉപ്പ് അവൾക്കു രുചിച്ചു. സന്ധ്യയായപ്പോൾ പതിവുപോലെ നിത്യ മുക്കാലും തീർന്നു ബാക്കിയായ നാരങ്ങ ചാക്കിലേക്കു തള്ളിക്കയറ്റിവെച്ചുകൊണ്ട് വണ്ടിയും കൊണ്ടുവന്ന അനുജനെ നോക്കിച്ചിരിച്ചു പുറകിലേക്കു ചാക്ക് അവൾ തന്നെയെടുത്ത് വച്ചു.

'ഇന്ന് നീ പറഞ്ഞതതുപോലെ നാരങ്ങാ കുറച്ചു കൂടുതൽ പോയി ചെക്കേ...' അവൾ ചെക്കിനേയും നോക്കി ചിരിച്ചു.

അവൾ പിന്നെയും ചിരിച്ചു, ആ ചിരി നിർത്താനാകാതെ അവൾ മറ്റാരെയോ നോക്കാനെന്നപോലെ പാർത്ഥസാരഥി റെസിഡെൻസിയുടെ രണ്ടാംനിലയിലെ ബാൽക്കണിയിലേയ്ക്കു നോക്കി. തെരുവിൽ ഉയർന്നുപോയ അവളുടെ ചിരിയുടെ കഷ്ണങ്ങൾ മഞ്ഞ വെളിച്ചത്തിൽ ഉലഞ്ഞുലഞ്ഞു വിക്രമാദിത്യന്റെ മുറിയിലെ തണുത്ത വോഡ്കയിലേയ്ക്ക് ചെന്നു വീണു.

അയാൾ ഭയന്നു പോയി. അതു കുടിക്കാതെ ടോയ്‌ലെറ്റിലൊഴിച്ച് ഫ്ളഷ് അടിച്ചശേഷം വസ്ത്രം മാറ്റി വേഗത്തിൽ തന്നെ ബാഗുമെടുത്തു വിക്രമാദിത്യൻ മുറിവിട്ടിറങ്ങി! ഇനിയെങ്ങനെ അവിടെ ആ മുറിയിൽ, ആ നഗരമധ്യത്തിൽ അവളുടെ കണ്ണുകൾക്ക് മുന്നിൽ നിൽക്കും? റിസെപ്ഷനിലെ വിപിൻ, പറഞ്ഞ സമയത്തിനു മുൻപ് ചെക്ക്ഔട്ട് ആയ അതിഥിയെ നോക്കി സൗഹൃദഭാവത്തിൽ ചിരിക്കാൻ ശ്രമിക്കുമ്പോൾ മുറിവാടകയുടെ ബാക്കിപോലും വാങ്ങാൻ നിൽക്കാതെ വിക്രമാദിത്യൻ ധൃതഗതിയിൽ പണിയവസാനിപ്പിച്ചു താഴേയ്ക്കിറങ്ങി,

'സാർ, ഹോട്ടലിന്റെ ഓൺലൈൻ സൈറ്റ് എടുത്ത് ഒന്ന് റേറ്റ് ചെയ്തേക്കണേ?', വിപിന്റെ ഒച്ച ഫാനിന്റെ മുഴക്കത്തോടൊപ്പം വട്ടം കറങ്ങുന്നുണ്ട്.

നഗരത്തെരുവിലെ നാരങ്ങാവിൽപ്പനക്കാരിയുടെ മടക്കത്തിന്റെ ചടുല വേഗങ്ങളിലേക്കു നോക്കാതെ വിക്രമാദിത്യൻ താഴെയിറങ്ങി തൊട്ടടുത്ത ട്രാൻസ്പോർട്ട് സ്റ്റാൻഡിലേക്ക് അതിവേഗത്തിൽ നടന്നു. ഉച്ചത്തിൽ മിടിക്കുന്ന അയാളുടെ ഹൃദയത്തിനു ചരിത്രമുറങ്ങിയ സന്ധ്യ മാത്രം സാക്ഷിയായി.

○○

ഫെബ്രുവരി

"I am no bird; and no net ensnares me; I am a free human being with an independent will, which I now exert to leave you."

-Charlotte Bronte,
Jane Eyre

2

കർത്തരീമുഖം

പ്രിയാസുനിൽ

'സകല കുട്ട്യോൾടേം സങ്കടം കേൾക്കാൻ നിൽക്കല്ലേ യമുനേ, നെനക്ക് മനസ്സമാധാനല്ലാണ്ടാവും. എല്ലാം മ്മളെക്കൊണ്ട് തീർക്കാമ്പറ്റ്വോ?'

ടീച്ചിംഗ് നോട്ടിന്റെ പുറംചട്ടയിൽ കറുത്തമഷിപ്പേന കൊണ്ട് ഉള്ളുനിറഞ്ഞ വൃത്തങ്ങൾ തീർത്തുകൊണ്ടിരുന്ന യമുന, ആ ജോലി മതിയാക്കി അല്പനേരം ചിന്തിച്ചിരുന്നു. ശേഷം വൈറ്റ്നറെടുത്ത് കറുത്ത മുഖങ്ങൾക്കെല്ലാം കണ്ണും, ചിരിക്കുന്ന വായും വരച്ചു കൊടുത്തു.

'ഇത്തിരി വെളുപ്പ് പടർത്തണം ച്ചാൽ കറുപ്പ് മുഴ്വോൻ മായ്ക്കണം ന്ന്ണ്ടോ ലേഖേ?'

'യ്യെന്താന്ന് വെച്ചാ ചെയ്യ്. ഞാനൊന്നും പറഞ്ഞില്ല.'

പരിഭവപ്പുതപ്പിട്ട സ്നേഹത്തിന് പുഞ്ചിരി കൊണ്ട് മറുപടി പറഞ്ഞ യമുന, സ്റ്റാഫ് റൂം വിട്ടിറങ്ങുന്ന ലേഖയെ നോക്കി നിന്നു. കരിനീലിച്ച മിഴികളിൽ നിന്ന് വേദനയാവാഹിച്ചെടുത്ത് സ്വയമിരുളുന്ന യമുനയോട് ലേഖയ്ക്കങ്ങനെ പറയാതിരിക്കാനാവില്ല. എടുത്താൽ പൊങ്ങാത്ത വേദനകൾ സ്വന്തമായുണ്ടെന്നിരിക്കെ ശിഷ്യരുടേതു കൂടി ഏറ്റുവാങ്ങുന്ന പതിവ് മാറ്റാൻ യമുനയ്ക്കുമാവില്ല; എത്രയോ മുറുമുറുപ്പുകൾക്കത് വഴിവച്ചിട്ടുണ്ടെങ്കിൽ കൂടി.

ഏതെങ്കിലുമൊരുവൻ കുരുത്തക്കേടിന് പിടിക്കപ്പെട്ടാൽ യമുനയവിടെ ചാടിവീഴും. 'ഓന്റുമ്മാക്ക് കാൻസറാ ടീച്ചറേ വല്യ സങ്കടാ ചെക്കന്റെ കാര്യം' അല്ലെങ്കിൽ 'ഉപ്പല്ലാത്ത കുട്ട്യാ... ഓനും തള്ളേം കൂലിപ്പണിട്ത്താ കുടുംബം കഴിയണേ' അതുമല്ലെങ്കിൽ 'മെന്റലി

ചെറിയ പ്രശ്നമല്ല കുട്ട്യാ ട്ടോ' തുടങ്ങിയ ന്യായങ്ങൾ നിരത്തും. 'കൊബായാഷിക്ക് പഠിക്കുവാണോ' എന്ന കളിയാക്കൽ പലപ്പോഴും കേട്ടില്ലെന്ന് നടിച്ചു. 'വഴിപിഴച്ച് പോണോരെ നെലയ്ക്ക് നിർത്താൻ അടിതന്നാ മരുന്ന്, കല്യാണോം കഴിഞ്ഞ് കൊച്ചുങ്ങളൊള്ളോർക്കേ അതൊക്കെ പറഞ്ഞാ മനസ്സിലാവത്തുള്ളൂ', കോട്ടയംകാരി ലീല ടീച്ചറുടെ കുത്തുവാക്ക് കേട്ടപ്പോൾ യമുനയെക്കാൾ നൊന്തത് ലേഖയ്ക്കാണ്.

'ചെലതിനൊന്നും നമ്മള് മറുപടി കൊട്ക്കണ്ടാടീ. പരീക്ഷ പാസാവാൻ വേണ്ടി മാത്രം ബിഹേവിയറിസോം കോഗ്നിറ്റിവിസോമൊക്കെ പ്രാകിപ്പറഞ്ഞ് പഠിച്ചേന്റെ കൊഴപ്പാ. വിട്ട്കള'

ലേഖയ്ക്ക് പുറകെ സ്റ്റാഫ് റൂം വിട്ടിറങ്ങുന്ന നേരത്താണ് ആനി ടീച്ചറുടെ ചവിട്ടിത്തുള്ളലിലേക്ക് യമുനയുടെ ശ്രദ്ധ തിരിഞ്ഞത്. ബീജഗണിതം പഠിപ്പിക്കുന്ന ടീച്ചറോട് ഏഴ് സി ക്ലാസിലൊരുത്തൻ ടീച്ചർക്കെന്താ എക്സിനോടിത്ര താല്പര്യമെന്ന് ചോദിച്ചത്രേ. യൂട്യൂബില് എക്സടിച്ച് നോക്കീട്ട്ണ്ടോന്ന് കൂടി ചോദിച്ചെന്ന് കേട്ടപ്പോൾ 'ഏഴാം ക്ലാസിലെ കുട്ടിയോ', എന്നൊരവിശ്വസനീയത യമുനയുടെ മുഖത്ത് തെളിഞ്ഞു. വലിയവരാരെങ്കിലും പറയുന്നത് കേട്ട് ചുമ്മാവായിട്ടലയ്ക്കുന്നതാവും. അങ്ങനെ കരുതുന്നതാണ് നല്ലതെന്ന് ചിന്തിച്ച് അവൾ ക്ലാസിലേക്ക് നടന്നു. സ്കെയില് കൊണ്ടളന്നും കത്രിക കൊണ്ട് മുറിച്ചും പാകം വരുത്തിയ കഷണങ്ങൾ കൊണ്ടല്ല സുന്ദരമായ കൊളാഷുകൾ നിർമിക്കുന്നത്. ഏങ്കോണിപ്പുകളൊക്കെയുണ്ടാകും. അവ ചേർന്നു നിൽക്കുന്ന ചിലയിടങ്ങളുമുണ്ടെന്ന് തിരിച്ചറിയുന്നവരേ ആ ഉദ്യമത്തിൽ വിജയികളാവാറുള്ളൂ.

സ്കൂളിനടുത്തുള്ള മാവിൻ കൊമ്പിൽ പറ്റിപ്പിടിച്ചു വളരുന്ന മരവാഴയെ ചൂണ്ടി എപ്പീഫൈറ്റെന്താണെന്ന് വിവരിച്ചുകൊണ്ടിരിക്കേ, തൊട്ടുപുറകിൽ നിന്നുണ്ടായ തോണ്ടലിലേക്ക് യമുനയൊന്നു തിരിഞ്ഞു.

'ടീച്ചറേ .... അമല് പറയ്യാ ഓൻറമ്മ ഈ സ്കൂളിലെ എപ്പീഫൈറ്റാന്ന്.' യമുന നോക്കുമ്പോൾ അമൽ മറ്റാരുടെയോ പുറകിലേക്ക് മറയുന്നതു കണ്ടു. രണ്ടരവർഷം ജോലി ചെയ്തിട്ടും അപ്രൂവൽ കിട്ടാതെ വിഷമിക്കുന്ന രമ്യടീച്ചറുടെ മകനാണ് അമൽ. ഏതോ ട്യൂഷൻ സെന്ററിലെ ജോലിയാണ് ആകെയുള്ള വരുമാനമാർഗം. സംസ്കൃതം പഠിപ്പിക്കുന്ന സാവിത്രി ടീച്ചർ പറയുന്നത് പോലെ മരുമക്കത്തായകാലത്തെ തറവാടുകളുടെ അവസ്ഥ തന്നെയാണ്

എയ്ഡഡ് സ്കൂളുകൾക്കും.

'കാർണോര് നന്നായീല്ലാച്ചാൽ അധോഗത്യന്ന്യാ... പിന്നച്ഛനൂല്ല്യാ അമ്മാമനൂല്ല്യ.'

എപ്പീഫൈറ്റിന് സ്കൂളിൽ നിന്നു തന്നെയൊരുദാഹരണം കണ്ടെത്തിക്കഴിഞ്ഞ സ്ഥിതിക്ക് തൊട്ടപ്പുറത്തെ മരത്തിലെ ഇത്തിൾക്കണ്ണിയെക്കുറിച്ച് പറയണോ വേണ്ടയോ എന്നൊരാലോചന യമുനയ്ക്കുണ്ടായി. തിരിച്ചുപോരുമ്പോൾ ഏഴ് സിയിലെ ചില പോക്കിരിവീരന്മാർ അവൾക്ക് ചുറ്റും കൂടി. ഒരു സെൽഫിട്ക്ക് ടീച്ചറേ എന്ന് കലപില കൂട്ടി ഫോണവർ പിടിച്ചു വാങ്ങി. വലതുകൈപ്പത്തിയുടെ ചൂണ്ടുവിരലും നടുവിരലും മാത്രമുയർത്തി എല്ലാവരും പോസ് ചെയ്യാൻ തുടങ്ങി. വിക്ടറി ചിഹ്നമാണെന്നറിഞ്ഞിട്ട് തന്നെയാണോ സെൽഫികളിൽ ഈ പോസ് നിറയുന്നതെന്ന് ചിന്തിച്ചപ്പോൾ യമുനയ്ക്ക് ചിരി വന്നു. അവൾക്കത് കാണുമ്പോൾ ഭരതനാട്യത്തിലെ കർത്തരീമുഖമെന്ന മുദ്രയാണ് ഓർമ വരിക. കത്രികയെന്നർത്ഥം വരുന്ന കർത്തരീമുഖത്തിന് വിജയചിഹ്നമായിരിക്കാനുള്ള യോഗ്യതയുമുണ്ട്. ഖണ്ഡിച്ചിട്ട ധാരാളം സ്വപ്നങ്ങൾക്ക് മീതെയാണല്ലോ വിജയമതിന്റെ കൊടിനാട്ടുന്നത്! മലർന്നും കമിഴ്ന്നും കിടക്കുന്ന കർത്തരീമുഖങ്ങൾക്കും വിവിധചേഷ്ടകൾക്കുമിടയിൽ അവളുമുൾപ്പെടുന്നൊരു സെൽഫി രൂപപ്പെട്ടപ്പോൾ, അതെടുത്ത് വാട്സാപ്പ് സ്റ്റാറ്റസ് അപ്ഡേറ്റ് ചെയ്യുക മാത്രമാണ് യമുന ചെയ്തത്. വരാനിരിക്കുന്ന ഉറക്കമില്ലാ രാത്രികളെക്കുറിച്ചൊന്നും അവളപ്പോൾ ചിന്തിച്ചിട്ടു കൂടിയില്ല.

മടക്കയാത്രയിൽ കാറിലിരുന്ന് ലേഖ സംസാരിച്ചത്രയും ഡ്രൈവിങ്ങിനിടെ യമുന മൂളിക്കേട്ടു. പരിചയപ്പെട്ടന്നു മുതൽ കേൾക്കുന്നതായിരുന്നിട്ടും തന്റെ കാര്യത്തിൽ ലേഖയ്ക്കുള്ള ഉത്കണ്ഠയാണ് വാക്കുകളായി പുറത്തു വരുന്നതെന്നറിയാവുന്നതു കൊണ്ട് വിരസതയൊന്നും മുഖത്തു തെളിഞ്ഞില്ല. ഒരുവേള സംസാരം നിർത്തി ലേഖയവളെ അനുതാപത്തോടെ നോക്കി.

'ഒറ്റയ്ക്ക് ജീവിച്ച് നിനക്ക് മതിയായില്ലേടീ? നമ്പ്യാതിരി മാഷ് കൊണ്ടോന്ന ആലോചന നല്ലതായിരുന്നില്ലേ. എന്തേലും ഒന്ന് പറ പെണ്ണേ.' യമുനയുടെ ചുണ്ടിൽ വിരിഞ്ഞ ചിരി, കലക്കവെള്ളത്തിൽ പതിച്ച വെയിലുപോലെ ആഴങ്ങളെ സ്പർശിക്കുന്നുണ്ടായിരുന്നില്ല.

'ആ ചെറ്ക്കൻ എന്നേക്കാൾ എളേതാടി. ഏതേലും ഒരാളെ കല്യാണം കഴിച്ച് ഇപ്പോ ഉള്ള സമാധാനം കൂടി ഇല്ലാണ്ടാക്കണോ?

പിന്നെ ഒറ്റയ്ക്ക് ജീവിക്കൽ യ്യ് വിചാരിക്കണത്ര പ്രയാസള്ള കാര്യൊന്ന്വല്ല. ആണുങ്ങളെപ്പോലെ ലഹരീം ആത്മീയതേം ഒന്നും വേണ്ട പെണ്ണിന്; ജീവിതത്തെയിങ്ങനെ ചേർത്തു പിടിച്ച് സുഖായിട്ട് പോവാൻ ഒറ്റയ്ക്കാവണതന്ന്യാ നല്ലത്.'

ഒറ്റയ്ക്കുള്ള ജീവിതം ഇഷ്ടപ്പെട്ട് തെരഞ്ഞെടുത്തതൊന്നുമല്ലെന്ന് ലേഖയോട് പറയണമെന്നുണ്ടായിരുന്നു യമുനയ്ക്ക്. എല്ലാവിധ സന്നാഹങ്ങളോടും കൂടി പലകുറി അങ്കത്തട്ടിൽ കയറി നിന്നിട്ടുണ്ട്. നേർക്കു നേരെയുള്ള ആദ്യനോട്ടത്തിൽ തന്നെ എതിരാളിയുടെ മുഖം കുനിപ്പിക്കാൻ തക്കപാടവം തന്റെ നിറത്തിനുണ്ടെന്ന് തീർച്ചയായപ്പോൾ ആ പണി നിർത്തി. യമുനയ്ക്കവകാശപ്പെട്ട വസ്തു വിറ്റ് വല്ലേങ്ങാട്ട് യു.പി. സ്കൂളിൽ പോസ്റ്റ് തരപ്പെടുത്തിയത് അമ്മയുടെ മാത്രം തീരുമാനമായിരുന്നുവെന്ന് ഏട്ടന്മാരുടെ മുറുമുറുപ്പുയർന്നപ്പോഴാണ് അവളറിഞ്ഞത്. ഒറ്റയ്ക്കാണെങ്കിലും മകൾ അഭിമാനത്തോടെയാണ് ജീവിക്കുന്നതെന്ന സന്തോഷം അവസാനശ്വാസത്തിലും അവർ അനുഭവിച്ചിരിക്കാം. 'ജോലിണ്ട്ച്ചാൽ പിന്നെ ശ്വാസണ്ടോന്ന് മാത്രം നോക്ക്യാമതി' എന്ന പ്രത്യയശാസ്ത്രക്കാരിൽ ചിലർ പിന്നീടും ആലോചനയുമായി വന്നെങ്കിലും അർഹിക്കുന്ന അവജ്ഞയോടെ അവഗണിച്ചതോർക്കുമ്പോൾ യമുനക്കിത്തിരി അഭിമാനമൊക്കെ തോന്നാറുണ്ട്.

'ഭൂമിയിൽ വളരെ ചുരുക്കം ചിലർക്കു മാത്രമേ യാഥാർത്ഥ്യത്തോട് നീതി പുലർത്തുന്ന പേര് ലഭിക്കാറുള്ളൂ. ആ നിലയ്ക്ക് യമുന ഭാഗ്യവതിയാണ്.'

സാഹിത്യഭാഷയിൽ തന്റെ നിറത്തെ പരിഹസിച്ച സുഹൃത്തിനെ എന്തുകൊണ്ടോ യമുനയ്ക്കപ്പോൾ ഓർമ വന്നു.

ലേഖയിറങ്ങിപ്പോയിട്ടും യമുനയുടെ ചിന്തകൾ നിറംപടർന്ന് വികൃതമായിക്കൊണ്ടിരിക്കുന്ന സ്വപ്നങ്ങളെ ചുറ്റിപ്പറ്റി നിന്നു. ഇളകിയടരാനെളുപ്പമുള്ള വർണങ്ങൾ ശ്വേതവർണത്തെ മലീമസമാക്കുമ്പോലെ പലവിധ വിചാരങ്ങൾ കയറി മനസ്സ് വിങ്ങിത്തുടങ്ങിയപ്പോൾ അവളൊന്ന് തലകുടഞ്ഞു. പിറ്റേ ദിവസം സ്കൂളിലെത്തിയാൽ ചെയ്യാനുള്ള കാര്യങ്ങളെക്കുറിച്ചാലോചിച്ച് പതുക്കെ കാർ പോർച്ചിലേക്ക് കയറ്റി. പകൽ മുഴുവൻ ഒറ്റയ്ക്കാക്കിപ്പോയവളോടുള്ള പരിഭവമെന്നോണം, ഉമ്മറവാതിൽ തുറന്നുകൊടുക്കാതെ വീടൊന്ന് മുഖം കനപ്പിച്ചു. അമർത്തിയുള്ള രണ്ട് തള്ളലിൽ പിണക്കം തീർത്ത് അകത്തു കയറുമ്പോൾ സെൽഫോണിൽ റീനടീച്ചറുടെ വിളിവന്നു.

'യ്യ് ന്ന് സ്റ്റാറ്റസിട്ട ഫോട്ടോല് ഒരുത്തൻ ഒറ്റവിരലുയർത്തി നിക്കണത് കണ്ടോ? വഷളത്തരം! മറ്റുള്ളോര് കണ്ടാ ന്താ വിചാരിക്കാ? വേഗം മാറ്റിക്കോ.'

പരിഭ്രമത്തോടെ ഫോട്ടോയെടുത്ത് സൂം ചെയ്ത് നോക്കിയപ്പോൾ ഒരാൾ മാത്രം നടുവിരലുയർത്തിയുള്ള അശ്ലീലചിഹ്നവുമായി നിൽക്കുന്നത് കണ്ടു. തിരക്കിൽ മുഖം കാണുന്നില്ല. ഫോട്ടോയിൽ അവന്റെ കൈമാത്രമേ പെട്ടിട്ടുള്ളൂവെന്ന് സൂക്ഷ്മനിരീക്ഷണത്തിൽ യമുനയ്ക്ക് ബോധ്യപ്പെട്ടു. യൂണിഫോമിലായതു കൊണ്ട് ആരാണെന്ന് മനസ്സിലാവുന്നുമില്ല. നടുവിരലുയർത്തിക്കാണിക്കുന്നതിലെ അശ്ലീലം മനസ്സിലാക്കാനൊക്കെ തന്റെ മക്കൾ വളർന്നോയെന്നവൾ ആശ്ചര്യപ്പെട്ടു. ആനിടീച്ചറുടെ എക്സ് റിലേറ്റഡ് ആവലാതിയെക്കുറിച്ചോർമ വരുംവരെ മാത്രമേ ആ ഭാവത്തിന് ആയുസ്സുണ്ടായുള്ളൂ. ഇത്രയും മുഷിഞ്ഞ ചിന്തകളുള്ളവരെയാണോ താനടുത്ത് ചെന്ന് ചേർത്തുനിർത്താറുള്ളതെന്നാലോചിച്ചപ്പോൾ അവൾക്ക് വല്ലാത്ത ചെടിപ്പനുഭവപ്പെട്ടു.

ലോകത്തെ, ഒരു വൃത്തത്തിനകത്തേക്കൊതുക്കി വച്ച് ജീവിതമാഘോഷിക്കുന്നവൾക്കു മുന്നിലാണ് അതിന്റെ വിശ്വാസ്യത തകർന്നടിയുന്നത്! അവൾക്ക് തലകറങ്ങാനും ശ്വാസംമുട്ടാനും തുടങ്ങി. നടുവിരലിനിപ്പുറം ചൂണ്ടുവിരലുയർന്നു നിൽപ്പുണ്ടെന്നും ഫോട്ടോ ക്ലിയറല്ലാത്തതു കൊണ്ട് കാണാത്തതാണെന്നും സ്വയം വിശ്വസിപ്പിക്കാൻ പലവുരു ഫോണെടുത്തു നോക്കി. ഓരോ തവണ സൂം ചെയ്യുമ്പോഴും അവഗണിക്കാനാവാത്ത വസ്തുതയായി ആ ഒറ്റവിരൽ അവൾക്കു മുന്നിൽ ഞെളിഞ്ഞു നിന്നു. മുൻപൊരിക്കൽ, നിർത്തിയിട്ട ബസിനു പുറകിൽ നിന്നൊരാൾ മുണ്ടഴിച്ച് പ്രദർശിപ്പിക്കുകയും നടുവിരലുയർത്തിക്കാണിക്കുകയും ചെയ്തതോർത്തപ്പോൾ വായും പൊത്തിപ്പിടിച്ചവൾ വാഷ്ബേസിനരികിലേക്കോടി. ഉച്ചയ്ക്ക് കഴിച്ചതത്രയും ഛർദ്ദിച്ച് കാലിവയറും പൊള്ളിയടർന്ന മനസ്സുമായി എങ്ങനെയൊക്കെയോ നേരം വെളുപ്പിച്ചപ്പോൾ, ഹെഡ്മാസ്റ്ററെ വിളിച്ച് ലീവ് പറഞ്ഞാലോ എന്നൊരാലോചന ഉണ്ടാവാതിരുന്നില്ല.

ഇനിയും തിരിച്ചറിയപ്പെടാത്ത ഒറ്റവിരലുടമയുടെ പേരിൽ ഒരു ക്ലാസ് മുഴുവൻ കുറ്റാരോപിതരാവുന്നതോർത്തപ്പോൾ ചാടിപ്പിടഞ്ഞെണീറ്റവൾ റീനടീച്ചറുടെ നമ്പർ തോണ്ടിയെടുത്തു. നടുവിരൽ സംഭവം മറ്റാരുമറിയരുതെന്നും അത് താൻ തന്നെ കൈകാര്യം ചെയ്തോളാമെന്നും ഉറപ്പുകൊടുത്ത ശേഷമാണ് ബ്രഷും തോർ

ത്തും കയ്യിലെടുത്തത്.

വാരിവലിച്ചു ചുറ്റിയ സാരിയും ചീർത്ത കൺപോളകളുമായാണ് അന്നവൾ സ്കൂളിലെത്തിയത്. മൂന്നാം പിരിയഡ് ഏഴ് സി ക്ലാസിലേക്ക് നടക്കുമ്പോൾ വെറുപ്പിന്റെ വാതകഗോളങ്ങൾ കാലിവയറ്റിൽ നിന്നുയർന്നുപൊങ്ങി. പെട്ടെന്നുണ്ടായ ഓക്കാനത്തെ വലതു കൈപ്പത്തി കൊണ്ടമർത്തിപ്പിടിച്ച് മനസ്സില്ലാമനസ്സോടെയവൾ ക്ലാസ്സിലേക്ക് കയറി. ആൺകുട്ടികൾ വ്യംഗ്യാർത്ഥം വച്ച് സംസാരിക്കുന്നതായും അമർത്തിച്ചിരിക്കുന്നതായും അനുഭവപ്പെട്ട് പാതിയിലിടറി കസേരയിൽ തളർന്നിരുന്നു. മേശയ്ക്ക് ചുറ്റും കൂടിനിന്ന് വിശേഷം പറയുന്നവരെ സംശയത്തോടെ സൂക്ഷിച്ചു നോക്കി. ഏതോ ഒരുവൻ മുൻഭാഗം തന്റെ തോളിലമർത്തിയാണ് നിൽക്കുന്നതെന്ന് തോന്നി ഞെട്ടി ചാടിയെണീറ്റു.

ഗോ റ്റു യുവർ സീറ്റെന്ന് അലറിവിളിച്ചു.

ഒറ്റവിരലുടമയെ കണ്ടെത്താൻ സേതുരാമയ്യർ സ്റ്റൈലിൽ ഒരു 'ഡമ്മിസെൽഫി'യൊക്കെ എടുത്തു നോക്കി. കുട്ടികൾ പരസ്പരം തോളിൽ കയ്യിട്ട് നിന്നതു കൊണ്ട് ആ പരീക്ഷണവും വിജയിച്ചില്ല. തന്നെ പരിഹസിച്ച് ചിരിക്കുന്ന ഒറ്റവിരലിനോടു തോന്നിയ ദേഷ്യം ആൺസമൂഹത്തോട് മുഴുവനായി വ്യാപിക്കുന്നത് യമുനയറിഞ്ഞു. സാരിനീങ്ങി മാറുമ്പോൾ അനാവൃതമാകുന്ന കറുത്തവയറിലേക്ക്, ആൺകണ്ണുകൾ നീളുന്നുണ്ടെന്ന് ഭയന്ന് ആ വേഷം തന്നെ അവളുപേക്ഷിച്ചു. സ്ഥലപരിമിതിയുള്ള ലാബിൽ നിന്ന് ടെസ്റ്റ് ട്യൂബുകളും അനുബന്ധ സാധനങ്ങളും കൊണ്ടുവരാൻ പെൺകുട്ടികളെ കൂട്ടുവിളിക്കാൻ തുടങ്ങി. ലാബിലേക്കുള്ള പ്രവേശന നിഷേധത്തിലും ടീച്ചറുടെ പെരുമാറ്റ വ്യത്യാസത്തിലും അസംതൃപ്തരായ ആൺകുട്ടികൾ പെൺകുട്ടികളുമായി നിരന്തരം കലഹിച്ചു കൊണ്ടിരുന്നു. ഏറ്റവും പ്രിയങ്കരിയായ ടീച്ചറിൽ നിന്ന് തങ്ങളെ അകറ്റിയത് ഏതോ കുശുമ്പത്തിയുടെ കുപ്രചരണമാണെന്നവർ ഉറച്ചു വിശ്വസിച്ചു.

തന്റെ കേട്ടറിവുകൾ യമുനയ്ക്ക് പകർന്നു നൽകി നിലവിലുള്ള സാഹചര്യത്തെ ഗുരുതരമാക്കാൻ റീന ടീച്ചറെപ്പോഴും ശ്രദ്ധിച്ചിരുന്നു. മുതിർന്ന കുട്ടികളോട് കൂട്ടുകൂടി അലഞ്ഞു തിരിയുന്ന പതിവ് സ്കൂളിലെ ചില കുട്ടികൾക്കുണ്ടത്രേ! കാണാനും കേൾക്കാനും അനുഭവിക്കാനും കൗതുകമുള്ള പലകാര്യങ്ങളിലേക്കും അവർ ആകൃഷ്ടരാകുന്നുണ്ടാവാം. സന്ധ്യ കഴിഞ്ഞാലും വീട്ടിലെത്താത്ത മക്കളെപ്പറ്റി രക്ഷിതാക്കൾക്കില്ലാത്ത ആകുലത അധ്യാപകർക്കെ

ന്തിനാണെന്ന ചോദ്യത്തോടെയാണ് റീന ടീച്ചർ സംസാരമവസാനിപ്പിക്കുക.

'ഒക്കെ സഹിക്ക്യെന്നെ. ട്രാൻസ്ഫറ് വാങ്ങിപ്പോവാന്ന് വെച്ചാല് മ്മക്കതും പറ്റൂല്ലല്ലോ.'

പി.എസ്.സി യോഗ്യതാ ലിസ്റ്റിൽ നിന്ന് സവർണതയുടെ പുറമ്പോക്കിലേക്കെറിയപ്പെട്ടതിന്റെ നിരാശ ഒരു ദീർഘനിശ്വാസത്തിലൂടെ പറത്തിവിട്ട് റീന ടീച്ചർ എഴുന്നേറ്റു. മേശപ്പുറത്തപ്പോൾ യമുന വരച്ചുകൂട്ടിയ വെള്ളച്ചോക്കിൻ വൃത്തങ്ങൾ ആകാശം നോക്കി അന്തംവിട്ട് കിടന്നു.

സസ്യങ്ങളിലെ വർഗസങ്കരണം പഠിപ്പിക്കാൻ, പൂമ്പൊടി പരാഗണസ്ഥലത്ത് പതിപ്പിക്കുന്നതിന്റെ വീഡിയോ യമുന ക്ലാസിൽ പ്രദർശിപ്പിക്കുകയായിരുന്നു. ആൺകുട്ടികൾ അതു കണ്ട് അശ്ലീലം പറഞ്ഞ് ചിരിച്ചെന്ന കാരണത്താൽ പ്രൊജക്ടറും ലാപും ഓഫ് ചെയ്ത് ദേഷ്യപ്പെട്ട് അവളിറങ്ങിപ്പോന്നു. ലേഖ കിണഞ്ഞു ചോദിച്ചിട്ടും ഒന്നും തുറന്നു പറയാതെ കരഞ്ഞു കൊണ്ടേയിരുന്നു. ഏഴ് സി യുടെ ക്ലാസ് ചാർജുള്ള അധ്യാപകനുമായി ഈ വിഷയം സംസാരിക്കണമെന്ന് പല തവണ തീർച്ചപ്പെടുത്തിയിട്ടും എന്തുകൊണ്ടോ അവൾക്കതിന് സാധിച്ചില്ല.

വല്ലവിധേനയും ദിവസങ്ങൾ തള്ളിനീക്കുന്ന, നിസ്സാരകാര്യത്തിന് കുട്ടികളെ ശകാരിക്കുന്ന മൂന്നാംകിട അധ്യാപികയിലേക്കുള്ള വളർച്ചയിലായിരുന്നു യമുന. ഏഴ് സി ക്ലാസിൽ ഗ്രൂപ്പ് വർക്ക് കൊടുത്ത് കുട്ടികൾക്കിടയിലൂടെ നടന്നു കൊണ്ടിരിക്കേ, 'ബ്ബനിങ്ങനെ കജ്ജ് വെച്ചിട്ട് എയ്താമ്പറ്റണില്ല ടീച്ചറേ' എന്ന പരാതി കേട്ടിടത്തേക്ക് അവളൊന്നെത്തി നോക്കി. ബഞ്ചിന്റെ ഇടത്തേയറ്റത്തുള്ളവന്റെ വലതു കൈമുട്ട് നോട്ട്ബുക്കിലേക്ക് കയറി വരുന്നത് ചൂണ്ടിയാണ് പരാതിക്കാരൻ ഒച്ചയിടുന്നത്. ആറുകുട്ടികൾ ഞെരുങ്ങിയിരിക്കുന്നിടത്തു നിന്ന് അറ്റത്തുള്ളവനെ എഴുന്നേൽപ്പിച്ച് മുന്നിലേക്കിരുത്തി. വിരലുകളെല്ലാം കൂട്ടിപ്പിടിച്ച് പ്രത്യേക രീതിയിലുള്ള അവന്റെ എഴുത്ത് അപ്പോഴാണവൾ ശ്രദ്ധിച്ചത്.

'ഇങ്ങനെയാണോടാ പേന പിടിക്കണത്? കൈപിടിച്ച് എഴുതി പഠിപ്പിക്കാത്തേന്റെ കൊഴപ്പാ. തള്ളാർക്കിതിനൊക്കെ എവടാ നേരം?'

തൊട്ടതിനും പിടിച്ചതിനും തള്ളമാരെ പഴിചാരുന്ന ഏർപ്പാട് താനെന്ന് തുടങ്ങിയെന്ന് അവളെപ്പോലും അമ്പരപ്പിക്കുന്നതായിരുന്നു അവസാനവാചകം!

ചെറുക്കൻ എഴുത്തു നിർത്തി അതിശയഭാവത്തിൽ യമുനയെ നോക്കി. ക്ലാസിൽ വല്ലാത്തൊരു മൂകത പടരുന്നതും എല്ലാവരും തന്നെത്തന്നെ നോക്കി നിൽക്കുന്നതും കണ്ട് അവളുമൊന്ന് പകച്ചു. അമ്മയില്ലാത്ത കുട്ടിയാണോ ഇതെന്ന് ഉള്ളിലൊരാളൽ.

'ഓന്റെ കയ്യ് ങ്ങള് കണ്ടിട്ടില്ലേ ടീച്ചറേ?'

പിന്നിൽ നിന്ന് കുറ്റപ്പെടുത്തലിന്റെ സ്വരം. പതുക്കെ, അവന്റെ വലതുകൈപ്പത്തി പിടിച്ചു നോക്കുമ്പോൾ യമുനയും വല്ലാതെ വിയർത്തു പോയിരുന്നു.

'ചെർപ്പത്തില് ഡബ്ബർ ഷീറ്റടിക്ക്ണ മിഷീന്റുള്ളില് വെരലിട്ടതാ ടീച്ചറേ. കജ്ജ് മുഴ്വോൻ പോവാഞ്ഞത് ഭാഗ്യം ന്നാ ഉപ്പ പറയല്.'

നാലുവിരലുകളുള്ള കൈപ്പത്തി യമുനയെ നോക്കി പരിഹസിച്ച് ചിരിച്ചു. കുട്ടികളെ അടുത്തറിയുന്നവളെന്ന അഹങ്കാരം ഓരോ രോമകൂപത്തിലൂടെയും കുതിച്ചുന്തി പുറത്തുചാടാനൊരുങ്ങി. ചൂണ്ടുവിരലുയർത്താനാവാതെ അധമനെന്നു തെറ്റിദ്ധരിക്കപ്പെട്ട വിജയചിഹ്നമാണ് തന്റെ മുന്നിൽ നിൽക്കുന്നതെന്ന് തിരിച്ചറിഞ്ഞതും അവളവനെ മാറോടു ചേർത്തു.

'എന്റെ കുഞ്ഞേ'യെന്ന തേങ്ങൽ കേട്ട് ഒന്നുമൊന്നും മനസ്സിലാവാത്ത കുഞ്ഞുമിഴികളിലും നനവ് പടർന്നു തുടങ്ങി.

○○

കൊബായാഷി:
ടോട്ടോചാൻ എന്ന നോവലിലെ മാതൃകാദ്ധ്യാപകൻ

മാർച്ച്

"The trouble was, I hated the idea of serving men in any way. I wanted to dictate my own thrilling letters."

-Sylvia Plath,
The Bell Jar

3
സെറാമിക് സിറ്റി

ബീന

അസീസിയയിലെ ബൊഗോവിച് റോഡിലെ രണ്ടാമത്തെ ട്രാഫിക് സിഗ്നൽ. വാഹനങ്ങളുടെ നീണ്ട നിര. പച്ചകത്തുന്നതും കാത്തിരിക്കെ നെഞ്ചിൽ നിരവധി സൂചികൾ കുത്തുന്ന വേദന പിന്നെയും അനുഭവപ്പെട്ടു. കാറിനകത്ത് എസി പ്രവർത്തിക്കുന്നുണ്ടെന്ന തോന്നൽപോലും ഉണ്ടാക്കാതെ ദേഹം വിയർത്തൊഴുകിക്കൊണ്ടിരുന്നു. നെഞ്ചമർത്തിപ്പിടിച്ച് സിഗ്നൽലൈറ്റുകളുടെ വട്ടങ്ങളിലേക്ക് അക്ഷമയായി നോക്കിയിരിക്കെ നാല്പത്തിയാറ് ഡിഗ്രി ചൂടിൽ മൂന്നുനിറങ്ങളും ഉരുകിയൊലിച്ച് കണ്ണിൽ കട്ടിക്കറുപ്പായി. ബുലന്ദ്ഷഹറിൽ നിന്ന് ഖുർജയിലേക്ക്, ആയുസ്സിനെ ചോരയിറ്റുന്ന വാൾമുനയ്ക്ക് പണയപ്പെടുത്തി സഞ്ചരിച്ച ദിവസത്തിന്റെ ഓർമ മൂളിവന്ന് എന്റെ തല പെരുപ്പിച്ചു. പൊടുന്നനെ ഒരു കുളിര് കാലിന്റെ പെരുവിരൽതൊട്ട് ഉച്ചിവരെ അരിച്ചുകയറിയപ്പോൾ ഇതുതന്നെയാണ് മരണം എന്നുറപ്പിച്ച് ഞാൻ ശുഹൈബിന്റെ കൈയ്യിൽ അമർത്തിപ്പിടിച്ചു.

എല്ലാവർഷവും മക്കളുടെ സ്കൂൾപൂട്ടിനുതന്നെ ശുഹൈബിനും അവധി കിട്ടുമെന്നതുകൊണ്ട് ജൂലൈ-ഓഗസ്റ്റ് മാസങ്ങളിൽ ഞങ്ങൾ നാട്ടിലായിരിക്കും. ജാമിയ മില്ലിയയിൽ അവസാനവർഷ പിജി വിദ്യാർത്ഥിയായ മകൾ ഐഷയും ഗവേഷണവിദ്യാർത്ഥിയായ തൈമൂറും ഇഷ്ടത്തിലാണെന്ന് അറിയിച്ചത് കഴിഞ്ഞ തവണ നാട്ടിലെത്തിയപ്പോൾ. വൈകാതെ തൈമൂറിന്റെ വീട്ടുകാരുമായി ആലോചിച്ച് വിവാഹം നിശ്ചയിക്കുകയും ചെയ്തു. ഐഷയുടെ പരീക്ഷകൾ മെയ്മാസത്തിൽ കഴിയുമെന്നതിനാൽ ജൂണിൽത്തന്നെ

നിക്കാഹ് നടത്താമെന്ന് തീരുമാനിച്ചാണ് വെക്കേഷൻ കഴിഞ്ഞ് തിരിച്ചു വന്നത്. മാർച്ചിൽ പത്താം ക്ലാസ് പരീക്ഷ കഴിയുന്നതോടെ നാവേദിനെ നാട്ടിൽ ഏതെങ്കിലും നല്ല സ്കൂളിൽ ചേർത്ത് പഠിപ്പിക്കാം. റെയ്സ ആറാം ക്ലാസിലായതുകൊണ്ട് സ്കൂളിൽ ഒരു മാസത്തെ ലീവ് അപേക്ഷ കൊടുത്താൽ മതിയല്ലോ. ജൂൺ ആദ്യംതന്നെ നാട്ടിലെത്തി വിവാഹം നടത്തി മൂന്നുമാസം സന്തോഷമായി നാട്ടിൽ കഴിയാം എന്നായിരുന്നു പ്ലാൻ.

പല ചിന്തകൾ കെട്ടുപിണഞ്ഞ് ആധി മാത്രമാണ് മനസ്സിൽ. അതുകൊണ്ടാവണം, ബിപി ക്ക് സ്ഥിരമായി കഴിക്കുന്ന മരുന്ന് കഴിച്ചോ ഇല്ലയോ എന്ന് ഓർത്തുവെക്കാൻ പലപ്പോഴും കഴിയാറില്ല. വേരു പരിശോധിച്ച് ചെടികൾ പിഴുതെറിയാൻ ധൃതികൂട്ടുകയാണ് അവർ. നാട്ടിൽനിന്ന് വന്നുകൊണ്ടിരിക്കുന്ന വാർത്തകൾ കേട്ടാൽ എങ്ങനെ ഉറക്കം കെടാതിരിക്കും. എല്ലാ അവകാശങ്ങളും നിഷേധിക്കപ്പെട്ട് അതിജീവനം അസാദ്ധ്യമായ വിഭാഗങ്ങൾ... അതിക്രൂരമായി അക്രമിക്കപ്പെട്ട്, നിലവിളിപോലും അമർത്തിവെക്കേണ്ടിവരുന്ന പെൺജന്മങ്ങൾ... നാവറുക്കപ്പെട്ട പെൺകുട്ടിയുടെ ജീവൻ പൊലിഞ്ഞ വാർത്തയും വന്നുകഴിഞ്ഞു. ദുരന്തവാർത്തകൾ മാത്രം കാത്തുവെച്ച നാട്ടിൽ എന്ത് സുരക്ഷിതത്വമാണ് അള്ളാ എന്റെ മക്കൾക്ക്! ഭ്രാന്തുപിടിപ്പിക്കുന്ന ചിന്തകൾക്ക് അന്ത്യമില്ലാതായിരിക്കുന്നു. ഉണങ്ങാതെ കിടക്കുന്ന മുറിവുകൾ വീണ്ടും കുത്തിയിളക്കി ഒടുവിലിതാ ഇന്നത്തെ കോടതിവിധിയും!.

ശുഹൈഹെബ് ഉച്ചഭക്ഷണത്തിന് എത്തിയ നേരത്താണ് മുമ്പെങ്ങുമില്ലാത്ത, കൊത്തിപ്പറിക്കുന്ന ഒരു വേദന നെഞ്ചിൽ കൊളുത്തിയത്. ആഹാരം വിളമ്പാനെടുത്ത സെറാമിക് പ്ലേറ്റ് കൈയ്യിൽനിന്ന് വഴുതി നിലത്തുവീണ് പൊട്ടിച്ചിതറി. കുഴച്ചിലോടെ നെഞ്ചുതിരുമ്മി നിൽക്കെ ശുഹൈഹെബ് വെപ്രാളപ്പെട്ട് കസേരയിൽ പിടിച്ചിരുത്തുകയായിരുന്നു. മക്കളും ശുഹൈഹെബും വല്ലാതെ ഭയന്നുകാണും. ശുഹൈഹെബ് ഉടൻതന്നെ കൂടെ ജോലി ചെയ്യുന്ന ബെന്നിയെ വിളിച്ച് അൽ ഷിഫ ഹോസ്പിറ്റലിൽ എമർജൻസി അപ്പോയിന്റ്മെന്റ് ശരിയാക്കി. ബെന്നിയുടെ ഭാര്യ ആൻസി അവിടെയാണ് നഴ്സായി ജോലി ചെയ്യുന്നത്. ആശുപത്രിയിൽ എത്തുമ്പോൾ വേണ്ട സഹായത്തിന് ആൻസി അവിടെ ഉണ്ടായിരുന്നു. ബിപി പരിശോധിച്ചുകൊണ്ടിരിക്കെ തലയിലും കൈയ്യിലും പെരുപ്പ് ഒന്നുകൂടെ ഇരച്ചുകയറി. ഇസിജി നോക്കിയശേഷം ഐസിയു വിൽ അഡ്മിറ്റ് ആകണം എന്ന് ഡോക്റ്റർ പറഞ്ഞതോടെ ശുഹൈഹെബാണ് കൂടു

തൽ തളർന്നത്.

“പേടിക്കേണ്ട. ഒരു ദിവസം ഒബ്സർവ് ചെയ്യാനാ. പരിശോധിച്ച് മരുന്നെഴുതി വിട്ടാൽ വീണ്ടും വേദന തോന്നിയാൽ പ്രയാസമല്ലെ. എനിക്ക് വേണ്ടപ്പെട്ട ആളാണെന്ന് ഞാൻ ഡോക്ടറോട് പറഞ്ഞിട്ടുണ്ട്. ആ പ്രയോറിറ്റി കിട്ടാതിരിക്കില്ല.”

എന്തു ചെയ്യണമെന്നറിയാതെ വിഷമിച്ചുനിന്ന ശുഹൈബിനോട് ആൻസി തുടർന്നു. “ഞാനുണ്ടല്ലോ ഇവിടെ. ഒന്നും പേടിക്കേണ്ട. വേണ്ടതൊക്കെ ചെയ്യണമെന്ന് ബെന്നി എന്നോട് പ്രത്യേകം പറഞ്ഞിട്ടുണ്ട്.”

ബിപിക്കുള്ള മരുന്ന് കഴിച്ചോ, ഇല്ലയോ എന്ന് ചില ദിവസങ്ങളിൽ സംശയം കുടുങ്ങും. ഡോസുകൂടി അപകടമുണ്ടാക്കണ്ട എന്നാണ് അപ്പോൾ കരുതുക. ശുഹൈബിനോട് പറഞ്ഞ് വേവലാതി കൂട്ടരുതല്ലൊ. അതിനാൽ അക്കാര്യം മിണ്ടാനേ പോയില്ല. അല്ലാതെതന്നെ ഓഫീസിലെ ജോലിഭാരവും ഇപ്പൊഴത്തെ പ്രശ്നങ്ങളും കാരണം ആള് വല്ലാതെ കഷ്ടപ്പെടുന്നുണ്ട്. ഇക്കഴിഞ്ഞ വീക്കെന്റിൽപോലും ഓർമിപ്പിച്ചതാണ്.

“മരുന്ന് കഴിയാറായെങ്കിൽ പറയണം. ഇപ്പോഴാണെങ്കിൽ ചെക്കപ്പിന് പോകാൻ വലിയ റിസ്കില്ല. കൊവിഡ് സെക്കന്റ് വേവ് ഉണ്ടായാൽ പിന്നെ കുടുങ്ങും. യുഎഇ ലൊക്കെ ഇപ്പോൾ അതാ സ്ഥിതി.”

“അങ്ങനെയായാൽ കഴിഞ്ഞ തവണത്തെ പ്രിസ്ക്രിപ്ക്ഷൻ വെച്ചുതന്നെ മരുന്ന് വാങ്ങാലൊ?”

കാര്യത്തിന്റെ ഗൗരവം മനസ്സിലാക്കാതെയാണ് ഞാനത് പറഞ്ഞതെന്ന് പെട്ടെന്നുതന്നെ എനിക്ക് ബോധമുദിച്ചു.

“പലതവണയായില്ലെ ചെക്കപ്പില്ലാതെ മരുന്നു വാങ്ങുന്നു. വേരിയേഷൻ വന്നിട്ടുണ്ടോന്ന് അറിയണമല്ലോ. നീ ഇത് വേണ്ടത്ര സീരിയസ് ആയിട്ട് എടുക്കുന്നില്ലെന്നത് ഉറപ്പാ.”

പൾസ് നോക്കിയശേഷം ഇൻജക്ഷൻ തരാനായി എന്റെ ഇടതുകൈയ്യിൽ ഞരമ്പ് തെരയുകയായിരുന്നു ആൻസി സിസ്റ്റർ. വലതുകൈ നെഞ്ചിലേക്ക് വെക്കാൻ ശ്രമിച്ച് എനിക്കത് വയ്യല്ലോയെന്ന് ഞാനപ്പോൾ നിസ്സഹായയായി. അന്നേരം മനസ്സിലുള്ളതത്രയും വായിച്ചെടുത്തപോലെ ശുഹൈബ് എന്റെ നെറ്റിയിൽ പതുക്കെ തലോടുന്നുണ്ടായിരുന്നു.

“ഇന്ന് ഒബ്സർവ് ചെയ്തശേഷം നാളെ ഡോക്ടർ ഡീറ്റെയിലായി പരിശോധിക്കും. മക്കൾ തനിച്ചല്ലെ, ശുഹൈബ് പൊയ്ക്കോ

ളൂ. ഒന്നും പേടിക്കണ്ട ഞാനിവിടെ ഉണ്ടല്ലോ. എന്തെങ്കിലും ആവശ്യം വന്നാൽ ഞാൻ വിളിക്കാം."

ഐസിയുവിൽ ആക്കിയശേഷം ആൻസി സിസ്റ്റർ പറഞ്ഞു.

ഇൻജക്ഷന്റെ മയക്കം എന്നെ പൊതിയുന്നതിനിടെ മങ്ങിയ രൂപമായി ശുഹൈബ് യാത്ര പറഞ്ഞ് പോകുന്നത് ഞാൻ കണ്ടു. പരിശോധനക്കിടയിൽ ഡോക്റ്റർ പറഞ്ഞത് "ഇപ്പോൾ എല്ലാവർക്കുമുള്ള ടെൻഷൻ തന്നെയാവാം ദുർദാനയ്ക്കും, പേടിക്കാനൊന്നുമില്ല, ബിപി കൂടിയതുകൊണ്ടുണ്ടായ ബുദ്ധിമുട്ടാവാം" എന്നാണ്. വർഷങ്ങളായി ഹൈ ബിപിക്ക് മരുന്നു കഴിക്കുന്ന ആളാണെന്ന മെഡിക്കൽ ഹിസ്റ്ററി കണ്ടാവാം ഡോക്റ്റർ വിശദമായി സംസാരിച്ച് കാര്യങ്ങൾ കൂടുതലറിയാൻ തുനിഞ്ഞത്. ചില ഓർമകൾ വേട്ടയാടുന്നതോ, ഐഷയെക്കുറിച്ചുള്ള വേവലാതികൾ നെഞ്ചെരിക്കുന്നതോ എന്റെ മെഡിക്കൽ ഹിസ്റ്ററിയിൽ ഒരിടത്തും തെളിയില്ല. മുമ്പേ ഒപ്പമുള്ളതാണ് ഉയർന്ന രക്തസമ്മർദ്ദം. ബാബ കൈമാറിയ പാരമ്പര്യക്കണക്കിൽ പെട്ടത്. വീട്ടിലാർക്കെങ്കിലും ബിപിയോ, ഷുഗറോ, മറ്റോ ഉണ്ടോ എന്ന ചോദ്യം കേൾക്കുമ്പൊഴെല്ലാം ബാബയുടെ രക്തമിരച്ചുകയറിയ മുഖം ഉള്ളിൽ നിറയും. അപ്പൊഴെല്ലാം ബാക്കിയൊന്നിനും പ്രസക്തിയില്ലാത്തപോലെ എന്റെ ഹൈപ്രഷറിന്റെ പാരമ്പര്യദാതാവായി ബാബ തന്നെ തുടർന്നു.

ജൂൺ ഒന്നിനു തന്നെ ലീവ് ശരിയാവും എന്നുറപ്പായപ്പോൾ മനസ്സുകൊണ്ട് ഐഷയുടെ വിവാഹത്തിനുള്ള തയ്യാറെടുപ്പുകൾ തുടങ്ങിയിരുന്നു. ഐഷയോടും ഭയ്യയോടും ഭാഭിയോടും വീഡിയോ കോളുകളിൽ അക്കാര്യങ്ങൾ പങ്കുവെക്കുന്നത് കാണുമ്പോൾ ശുഹൈബ് പറയുമായിരുന്നു.

"നിക്കാഹിന് ഇനിയും ഇഷ്ടംപോലെ സമയമുണ്ട്. നാവേദിന്റെ പരീക്ഷയാ ആദ്യം. ശ്രദ്ധിച്ചില്ലെങ്കിൽ അവൻ നന്നായി ഉഴപ്പും. ഇവിടുത്തെപ്പോലല്ല നാട്ടിൽ. അഡ്മിഷൻ കിട്ടാൻ ബുദ്ധിമുട്ടാണ്. അത് മറക്കണ്ട."

"അവൻ വലുതായില്ലെ. ഇനിയും ഞാൻ കൂടെയിരിക്കണോ? ഐഷ നമ്മുടെ അടുത്ത് ഇല്ലല്ലൊ. അപ്പോൾപ്പിന്നെ അവളുടെ കാര്യത്തിലല്ലെ കൂടുതൽ ശ്രദ്ധ വേണ്ടത്. അവൾക്ക് പിജി ഫൈനൽ എക്സാം എഴുതേണ്ടതല്ലെ. അത് കഴിഞ്ഞ് ഉടൻ നിക്കാഹും."

ബിപി കൂടുതലായി മരുന്നുകഴിക്കാൻ തുടങ്ങിയിട്ട് പത്തുവർഷമായതും ബാബയുടെ പാരമ്പര്യത്തുടർച്ചയുടെ സാദ്ധ്യതയും കാര്യമായെടുത്തെങ്കിലും എന്റെ സംഘർഷങ്ങളുടെ കെട്ടഴിപ്പിക്കാൻ

ഡോക്റ്റർ ഹാരിസ് ഇതിനകം ആൻസി സിസ്റ്ററിനെ ഏല്പിച്ചിരുന്നു. കൊവിഡ് രോഗികൾ കുറഞ്ഞ് ആശുപത്രി ഏതാണ്ട് പഴയ നിലയിലേക്ക് ആയത് വലിയ ആശ്വാസം തന്നെ. കുറച്ചു മാസങ്ങളായി മറ്റ് അസുഖങ്ങളുമായി ആശുപത്രിയിൽ എത്തുന്നവർക്ക് വേണ്ട ചികിത്സ കിട്ടാത്ത സ്ഥിതിയായിരുന്നല്ലോ. ഡ്യൂട്ടികഴിഞ്ഞ് പോകാൻനേരം അടുത്ത ഡ്യൂട്ടിയുള്ള ഈജിപ്ഷ്യൻ നഴ്സ് യുമ്ന യോട് "ഈ പേഷ്യന്റിനെ പ്രത്യേകം ശ്രദ്ധിക്കണം, എന്റെ സുഹൃത്താണ്" എന്ന് പറഞ്ഞേല്പിച്ചാണ് ആൻസി പോയത്.

ഇൻജക്ഷൻ തരാനെത്തിയ യുമ്ന സിസ്റ്ററിനോട് "ഇപ്പോഴിവിടെ കൊവിഡ് രോഗികളാരും ഇല്ലേ" എന്ന് ഞാൻ ചോദിച്ചു. "ഐസൊലേഷൻ വാർഡിൽ ഇനി ഒൻപത് രോഗികൾകൂടി ഉണ്ട്. വെന്റിലേറ്ററിൽ രണ്ടുപേരും." എന്ന് പറഞ്ഞ് മാസ്കുകൊണ്ടു മറച്ച മുഖത്തെ പുഞ്ചിരി കണ്ണിൽ തെളിയിച്ച് യുമ്ന സിസ്റ്റർ എനിക്ക് ഇൻജക്ഷൻ തന്നു. ഒരു മയക്കത്തിലേക്ക് വഴുതിക്കൊണ്ടിരിക്കെ വലിയ ഒരു കോട്ടയ്ക്കകത്ത് ഐഷയും പുറത്ത് തൈമൂറും നിന്ന് പരസ്പരം പേരുവിളിച്ച് പൊട്ടിക്കരയുന്നത് ഞാൻ കണ്ടു. പതിയെ എന്റെ കാഴ്ച തെന്നിത്തെന്നി ലൈബ്രറിയിലും ഹോസ്റ്റൽ മുറികളിലും ഭയന്ന് പതുങ്ങിയിരിക്കുന്ന വിദ്യാർത്ഥികൾക്കും അവരെ തലങ്ങും വിലങ്ങും തല്ലുന്ന പോലീസും ഗുണ്ടകളും അടങ്ങിയ സംഘത്തിനും അടുത്തെത്തി. ചിതറിയോടുന്നവരിൽ ഐഷയെ കണ്ട് ഞാൻ ഞെട്ടിയുണർന്നു. കണ്ണുകൾ നിറഞ്ഞൊഴുകുന്നത് കണ്ട് അന്ധാളിപ്പോടെ ആൻസി ചോദിച്ചു.

"ദുർദാന സ്വപ്നം വല്ലതും കണ്ട് പേടിച്ചോ? എന്തിനാ കരയുന്നത്? മക്കളെ കാണാത്ത വിഷമമാണൊ? ശുഹൈബ് വിളിച്ചിരുന്നു. മക്കൾക്ക് കുഴപ്പമൊന്നുമില്ല. വിസിറ്റിംഗ് ടൈമിൽ ശുഹൈബ് വരും. ഡോക്റ്റർ വന്ന് നോക്കിയിട്ട് ബാക്കി കാര്യങ്ങൾ പറയും, കേട്ടോ."

ആൻസിയുടെ പ്രസന്നമായ മുഖത്തു പതഞ്ഞുപരന്ന സ്നേഹപ്രകാശത്തിൽ എനിക്കല്പം ആശ്വാസം തോന്നി. ഞാൻ ഐഷയുടെ വിവാഹക്കാര്യവും അതിനിടയിൽ ഒട്ടും പ്രതീക്ഷിക്കാതെ വന്ന ഭീതിയും അരക്ഷിതാവസ്ഥയും അതെല്ലാം ഉണ്ടാക്കിയ സമ്മർദ്ദങ്ങളും പങ്കുവെച്ചു.

"ശരിയാണ് ദുർദാനാ. നിങ്ങളുടെ ആ സമരം കാരണം ഞങ്ങളും വല്ലാതെ ബുദ്ധിമുട്ടി. മൂത്ത മകൻ ട്രിച്ചി എൻഐടി യിൽ ബിടെകിനു പഠിക്കുന്നു. എല്ലാ ക്രിസ്മസിനും അവനെ ഇങ്ങോട്ട് കൊ

ണ്ടുവരാറുണ്ട്. അതിനു പറ്റാതെ കുടുങ്ങിപ്പോയി. പിന്നെ കൊവിഡ് വന്നതോടെ ഇത്തവണ വെക്കേഷൻ പോക്കും മുടങ്ങി."

നിഷ്കളങ്കമായാവാം ആൻസി 'നിങ്ങളുടെ ആ സമരം' എന്ന് പറഞ്ഞതെങ്കിലും ആ വാക്കുകൾ എന്റെ ഉള്ളിൽ ആഞ്ഞുതറച്ചു. ആൻസിയോട് എന്റെ ആകുലതകൾ തുടർന്ന് പങ്കുവെക്കാൻ എനിക്ക് തോന്നിയില്ല. ഒരു കൂട്ടരുടെ മാത്രം കാര്യമായി ആ സമരത്തെ കാണുന്നവരും ഒരിക്കൽ ഇതേ പ്രശ്നം നേരിടുകതന്നെ ചെയ്യുമെന്ന് എന്റെ മനസ്സ് പറഞ്ഞു. കുട്ടിക്കാലം മുതൽ ഞാൻ ഉള്ളിൽ പേറിനടക്കുന്ന ഭയത്തിന്റെ ആഴം ആൻസിക്ക് മനസ്സിലായെന്നുവരില്ല. ഏറെ വൈകി വന്ന കോടതിവിധി നീതിനിഷേധമാണെന്ന് ആൻസി ചിന്തിക്കാനിടയുണ്ടോ എന്നുമറിയില്ല.

ഇസിജി വീണ്ടും പരിശോധിച്ചു. കുഴപ്പമൊന്നും ഇല്ലെന്നും ബി പി ഏതാണ്ട് നോർമലായെന്നും അറിഞ്ഞപ്പോൾ ശുഹൈബിനു വലിയ സമാധാനമായി. ഡോക്റ്ററെ കണ്ടപ്പോൾ നാളെ ഡിസ്ചാർജ് ആവാമെന്ന് പറഞ്ഞതായും ശുഹൈബ് സമാധാനത്തോടെ പറഞ്ഞു. ആൻസി സിസ്റ്ററിന്റെ സംസാരത്തിൽ അറിയാതെയെങ്കിലും വന്നുപോയ ആ കാര്യം ഞാനപ്പോൾ ശുഹൈബിനോട് സൂചിപ്പിച്ചു. അത്രയ്ക്ക് ഉള്ളിൽ തറച്ചുപോയി അത്.

"അവർ ആലോചിക്കാതെ പറഞ്ഞതാവും ദുർദാനാ. ജാമിയയിൽ പോലീസ് അതിക്രമം ഉണ്ടായപ്പോൾ വളരെ രൂക്ഷമായാണ് ബെന്നി അതിനെ വിമർശിച്ചിരുന്നത്. അതിനെതിരെ കേരളത്തിലെ അവരുടെ പ്രദേശത്തും ഷഹീൻബാഗ് മോഡൽ സമരമടക്കം ഉണ്ടായെന്ന് ബെന്നി അന്ന് പറഞ്ഞിട്ടുണ്ട്."

"ശരിയായിരിക്കാം. സിസ്റ്റർ അത്രയൊന്നും ആലോചിച്ചുകാണില്ല. എങ്കിലും ഒരുകൂട്ടരെ മാത്രം അന്യരായി കാണുന്നവരാണല്ലോ കൂടുതൽ എന്നൊരു വിഷമം. ഭാവിയിൽ മറ്റുള്ളവർക്കും ഇതേ അവസ്ഥ വന്നാൽ പ്രതികരിക്കാൻ നമ്മുടെ മക്കൾ ഉണ്ടാവണമെന്നാണ് പ്രാർത്ഥന."

വിസിറ്റേർസ് ടൈം കഴിയാറായതിനാൽ ശുഹൈബ് പോകാനൊരുങ്ങി. സുഖമില്ലാതായ വിവരം ബാബയേയും അമ്മിയേയും അറിയിക്കരുതെന്ന് ഞാൻ പറഞ്ഞു. ഈ പ്രായത്തിനിടയിൽ അവർ എന്തെല്ലാം അനുഭവിച്ചു! കോടതിവിധി ബാബ പ്രതീക്ഷിച്ചപോലെ തന്നെ. എന്നാലും നേർക്കാഴ്ചകൾ തെളിവുകളല്ലെന്ന് ന്യായം പറഞ്ഞ് എല്ലാ പ്രതികളെയും വെറുതേ വിടുന്നത് കാണുമ്പോൾ അസ്വസ്ഥനാകാതിരിക്കില്ല. എല്ലാംകൊണ്ടും തകർന്നവ

രെ കൂടുതൽ അരക്ഷിതരാക്കുന്ന വിധി!

ഡ്യൂട്ടികഴിഞ്ഞ് പോവുകയാണെന്ന് അറിയിക്കാനായി ആൻസി സിസ്റ്റർ നിറഞ്ഞ പുഞ്ചിരിയോടെ മുറിയിലേക്കുവന്നു. ഓരോ പുഞ്ചിരിയും കണ്ണുകൾ എത്ര മനോഹരമായാണ് വെളിപ്പെടുത്തുന്നത്! അതല്ലെങ്കിൽ മനുഷ്യരെല്ലാം ഒരേ മുഖമുള്ള മുഖംമൂടിക്കാർ മാത്രമായേനെ. മുഖം മൂടിയ കാലത്തെ ഈ കിടപ്പ് എന്നെ പുഞ്ചിരികളിലെ വൈവിദ്ധ്യം പഠിപ്പിച്ചു.

ഭയ്യയും ഭാഭിയും ഡൽഹിയിലായതിനാൽ ഐഷ അവരുടെ കൂടെയാണ്. കാമ്പസിൽനിന്ന് അധികദൂരമില്ല. ബാബയ്ക്ക് ഖുർജയിൽ ഇപ്പോഴും ബിസിനസ് ഉള്ളതിനാൽ അവിടെനിന്ന് വിട്ടുനിൽക്കുകയില്ല. അനുജത്തി ഫർസാനയും കുടുംബവും ബുലന്ദ്ഷഹറിൽത്തന്നെ. അതുകൊണ്ട് കൂടെക്കൂടെ ഖുർജയിലെത്തി ബാബയെയും അമ്മിയേയും കാണും. അവർ ആരോഗ്യത്തോടെ സന്തോഷമായി ഇരിക്കുന്നതിന്റെ തെളിവുകൾ ഫോട്ടോകളായി അയച്ചുതരും. ഇപ്പോൾ അതും മുടങ്ങിക്കിടക്കുകയാണ്. ഫാക്റ്ററിയും ഷോപ്പും പൂട്ടിക്കിടന്ന നാളുകളത്രയും ബാബ ആകെ തകർന്ന മട്ടായിരുന്നു. സെറാമിക് പാത്രങ്ങളുടെ കിലുകില ശബ്ദം കേൾക്കാതെയും പുകതുപ്പുന്ന ചിമ്മിനിക്കുഴലുകൾ കാണാതെയും ബാബയ്ക്ക് സന്തോഷത്തോടെ ഇരിക്കാനാവില്ലെന്ന് എനിക്കറിയാം. ബാബയുടെ ഫാക്റ്ററിയിൽ പണിയെടുക്കുന്ന ബീഹാറുകാരന്റെ ബീവിയാണ് വീട്ടിൽ അമ്മിയ്ക്ക് സഹായത്തിന് നിന്നിരുന്നത്. ലോക്ഡൗണിൽ സ്വന്തം നാടുകളിലേക്കു മടങ്ങുന്നവരുടെ കൂട്ടത്തിൽ അവരും നടന്നുപോയത്രെ. അതോടെ അമ്മിയും തളർന്നു.

ദാദിജിയേയും നാനയേയും നാനിയേയുമെല്ലാം കണ്ടിട്ട് ഒരുപാട് നാളായെന്ന് ഐഷ ഇടക്കിടെ സങ്കടം പറഞ്ഞു. പപ്പയുടെ വീട് ഗ്രാമത്തിലായതിൽ ഏറ്റവും ആഹ്ലാദിച്ചിരുന്നത് അവളാണ്. ഗംഗയും യമുനയും കൊഴുപ്പിച്ച നൗസാനിലെ കൃഷിയിടങ്ങൾ. അവധിക്കാലത്ത് നൗസാനയിൽ ദാദാജിയുടെയും ദാദിജിയുടെയും കൂടെ താമസിക്കാനായിരുന്നു ഐഷയ്ക്ക് കൂടുതലിഷ്ടം. ഇളംകുളിരുള്ള വൈകുന്നേരങ്ങളിൽ ദാദാജിയുടെ കൂടെ കരിമ്പുപാടങ്ങളിൽ അലഞ്ഞുനടന്ന് ഫോട്ടോയെടുക്കൽ അവൾക്ക് വലിയ കമ്പമാണ്. അദ്ദേഹം ഷുഗർ മിൽ ഉടമയായിരുന്നു. ഐഷ മുതിർന്നിട്ടും അവളെ കൊഞ്ചിക്കാൻ ഒട്ടും മടിയുണ്ടായിരുന്നില്ല ദാദിജിയ്ക്ക്. പിന്നെപ്പിന്നെ കൃഷിയിടങ്ങളിലേക്കുള്ള ഐഷയുടെ നടപ്പ് ദാദിജി വിലക്കി. ഏറിവരുന്ന അക്രമങ്ങൾ അവരെ വല്ലാതെ

ഉത്കണ്ഠപ്പെടുത്തിയിരുന്നു. രണ്ടുവർഷം മുൻപ് അബ്ബ മരിച്ചുപോയി. അതിനുശേഷം അമ്മി നൗസാന വിട്ട് മകളോടൊപ്പം ജഹാംഗീരിബാദിലാണ്.

മെയ്മാസത്തിൽ നടക്കേണ്ടിയിരുന്ന പരീക്ഷകൾ നടക്കാത്തതോ, നിക്കാഹ് നീളുന്നതോ അല്ല, നിർത്തിവെക്കേണ്ടിവന്ന സമരവും മഹാമാരിയുടെ മറവിൽ അന്നത്തെ സമരക്കാരെ സർക്കാർ വേട്ടയാടുന്നതുമാണ് വിഷയമെന്ന് സങ്കടത്തോടെ ഐഷ പറഞ്ഞു. തൈമൂറിന്റെ കാര്യങ്ങൾ പറഞ്ഞ് അവളുടെ കവിളുകൾ തുടുക്കുന്നത് കാണാൻ ഞാൻ കൊതിച്ചെങ്കിലും ആ വാടിയ മുഖത്ത് നിരാശ പടരുന്നതുകണ്ട് എന്റെ ഉള്ള് വിങ്ങി. "എന്താണ് ആലോചിക്കുന്നത് ദുർദാനാ..." ബിപി പരിശോധിക്കുന്നതിനിടെ ആൻസി സിസ്റ്റർ ചോദിച്ചു.

"ആൻസിക്ക് ഒരിക്കലും മനസ്സിലാവാത്ത ജീവിതങ്ങളാണ് ഞങ്ങളുടൊക്കെ. ഇന്ത്യയിൽ ഇന്ത്യക്കാരി അല്ലാതാവുന്ന ഒരവസ്ഥയെപ്പറ്റി ആൻസി ചിന്തിച്ചുനോക്കിയിട്ടുണ്ടോ?"

ഒട്ടും പ്രതീക്ഷിക്കാത്ത ചോദ്യത്തിൽ സ്തബ്ധയായി ആൻസി എന്റെ കണ്ണുകളിലേക്ക് ഉറ്റുനോക്കി. പിന്നെ മുഖം കുനിച്ചുനിന്ന് പറഞ്ഞു.

"ഒന്നും ആലോചിക്കാതെയാണ് ഞാനിന്നലെ അങ്ങനെ പറഞ്ഞത്. അതിന് ബെന്നി എന്നെ കുറേ വഴക്കുപറഞ്ഞു. ദുർദാനയ്ക്ക് വലിയ വിഷമമായെന്ന് ബെന്നിയോട് ശുഹൈബ് പറഞ്ഞിരുന്നു. ബെന്നി പറഞ്ഞപ്പഴാ അതേക്കുറിച്ച് കൂടുതൽ മനസ്സിലായത്. ഏത് മതത്തിലുള്ളവരെയും വേറിട്ടുകാണാറില്ല. വിഷമിപ്പിച്ചതിൽ ദുർദാന എന്നോട് ക്ഷമിക്കണം." അതുപറയുമ്പോൾ ആൻസി എന്റെ കൈകൾ കൂട്ടിപ്പിടിച്ചിരുന്നു.

"ആൻസിക്കറിയാമോ, ഈയിടെ ടിവി വാർത്തയിൽക്കണ്ട ഭൂമിപൂജാദൃശ്യങ്ങൾ എന്നെ എത്ര ഉലച്ചെന്ന്. ആൻസിയുടെ കുട്ടിക്കാലത്ത് അതുമായി ബന്ധമുള്ള എന്തെങ്കിലും പേടിപ്പെടുത്തുന്ന അനുഭവങ്ങൾ ഉണ്ടായിട്ടുണ്ടോ? അങ്ങനെ ഒരു ഓർമ വേട്ടയാടാറുണ്ടോ? ഉണ്ടാവില്ല. നിങ്ങളുടെ കേരളത്തിൽ അത്രയും പൊള്ളിക്കുന്ന അനുഭവം ഉണ്ടാകില്ല. എനിക്കതുണ്ട്. അതുകൊണ്ടുതന്നെ വാർത്തയിൽ കണ്ട കാര്യങ്ങൾ എന്റെ ആധി കൂട്ടുകയും ചെയ്തു. ബാബരി മസ്ജിദ് തകർത്ത് ഇരുപത്തിയേഴ് വർഷങ്ങൾ കഴിഞ്ഞ് ഇപ്പോൾ വന്ന വിധിയിലെ നീതിനിഷേധം ആൻസി ശ്രദ്ധിച്ചിട്ടുണ്ടോ?"

“എനിക്കെല്ലാം മനസ്സിലാവുന്നുണ്ട് ദുർദാനാ. ചുട്ടെരിക്കപ്പെട്ട കന്യാസ്ത്രീ മഠങ്ങൾ, ചർച്ചുകൾ.... അങ്ങനെ ചില അക്രമങ്ങളെക്കുറിച്ചും പത്രത്തിൽ വായിച്ചിട്ടുള്ളത് ഓർമയുണ്ട്. അതിലുമെത്രയോ തീവ്രമാണ് മുസ്ലീങ്ങൾക്ക് നേരെ ഉണ്ടായത് എന്ന് എനിക്കിപ്പോൾ മനസ്സിലായി. നിങ്ങൾ എത്ര ഭയന്നാണ് ജീവിക്കുന്നത് എന്നും ബോദ്ധ്യമായി.”

“ഭൂമിപൂജയ്ക്കിടെ അവിടെ ഉയർന്ന മന്ത്രോച്ചാരണങ്ങളല്ല ഞാൻ കേട്ടത്. കാതിൽ അപ്പോഴും മുഴങ്ങിക്കൊണ്ടിരുന്നത് “മന്ദിർ വഹീ ബനായേങ്കേ” എന്ന അക്രമികളുടെ ആക്രോശങ്ങളായിരുന്നു. ടിവി ഓൺ ചെയ്ത അടുത്ത നിമിഷംതന്നെ ഞാനത് ഓഫ് ചെയ്തിട്ടും എന്റെ കാതിൽ അതുതന്നെ മുഴങ്ങിക്കൊണ്ടിരുന്നു. അഹിബാരൻ രാജാവിന്റെ ബാരൻകോട്ടയുടെ നാടായ ബാരൻഷാഹിർ പിന്നീട് ഞങ്ങൾക്ക് ബുലന്ദ്ഷഹർ ആയി. മുഹമ്മദ് ഗോറിയുടെ പടനായകൻ കുത്ബുദ്ദീൻ ഐബകിന്റെ നേതൃത്വത്തിൽ സൈന്യം ആ സ്ഥലം കീഴടക്കിയതോടെ ബാരൻ രാജവംശം അവസാനിച്ചു. വെട്ടിപ്പിടിക്കലുകളില്ലാത്ത ഏത് രാജ്യചരിത്രമാണ് ആൻസീ നമ്മൾ പഠിച്ചിട്ടുള്ളത്?”

“ഇപ്പോൾ അതൊന്നും ആലോചിക്കാതെ ഉറങ്ങൂ. എല്ലാത്തിനും പ്രതിവിധി ഉണ്ടാവും ദുർദാനാ”

ഹൃദയം നുറുക്കുന്ന ഓർമകളിൽ നിന്ന് എന്നെ തിരിച്ചെടുക്കാൻ ശ്രമിച്ചതാവാം ആൻസി. പേഷ്യന്റിന്റെ ടെൻഷൻ കൂടാൻ അനുവദിക്കരുത് എന്നത് അവരുടെ ഡ്യൂട്ടിയാണല്ലോ. ഞാൻ മൗനിയായി ഓർമകളിലേക്കുതന്നെ മടങ്ങി.

ബുലന്ദ്ഷഹർ ജില്ലയിലെ ഖുർജ സിറ്റിയിലായിരുന്നു ഞങ്ങളുടെ വീട്. ബാബയ്ക്ക് സെറാമിക് പാത്രങ്ങളുടെ ബിസിനസ് ആയിരുന്നു. ഖുർജ സിറ്റിയെന്നാൽ സെറാമിക് ഇൻഡസ്ട്രിയാണ്. അതിമനോഹരമായ ഡിസൈനുകളോടുകൂടിയ സെറാമിക് പാത്രങ്ങൾ നിർമിക്കുന്ന ഫാക്റ്ററികളോടു ചേർന്നുതന്നെയാണ് വില്പനശാലകളും. ഖുർച്ചൻ പൊതിയുമായി ബാബ വൈകീട്ട് വീട്ടിലെത്തുമ്പോൾ മധുരപ്രിയരായ എന്റെ ഭയ്യ ഷാഹിദും അനുജത്തി ഫർസാനയും ബാബയെ വട്ടംചുറ്റും. എനിക്ക് പ്രിയം ചെറിയ പോറലുകൾ കാരണം വില്പനയിൽ നിന്ന് മാറ്റിവെച്ച് ബാബ കൊണ്ടുവരുന്ന പലനിറങ്ങളിൽ ചിത്രപ്പണികളുള്ള മൺപാത്രങ്ങളായിരുന്നു. കുഞ്ഞായിരുന്നപ്പോൾ അവ എനിക്ക് പ്രിയപ്പെട്ട കളിക്കോപ്പുകൾ കൂടിയായിരുന്നു. ആ ഇഷ്ടം എന്റെ വളർച്ചയ്ക്കൊപ്പം വളർ

ന്നുവന്നു. വിലകൊടുത്തു വാങ്ങുന്നവർ അതിഥികൾ വരുമ്പോൾ മാത്രം ഉപയോഗിക്കുമായിരുന്ന വിശേഷപ്പെട്ട മൺപാത്രങ്ങൾ ഞങ്ങൾ നിത്യവും ഉപയോഗിച്ചു. ബാബയുടെ ഫാക്റ്ററിയിൽത്ത ന്നെ നിർമിക്കുന്നതിനാൽ വീട്ടിൽ അവ ധാരാളം ഉണ്ടായിരുന്നു.

മുസ്ലീം ഭൂരിപക്ഷപ്രദേശമായിരുന്നു ഞങ്ങളുടേത്. ബാബയുടെ സ്ഥാപനത്തിൽ മറ്റു മതവിഭാഗക്കാരും സൗഹാർദ്ദത്തോടെ ജോ ലി ചെയ്തിരുന്നു. ബാബയുടെയോ അമ്മിയുടെയോ വീടുകളിലും ഞങ്ങളുടെ അയല്പക്കങ്ങളിലും വിദ്യാഭ്യാസമുള്ള സ്ത്രീകൾ വളരെ കുറവായിരുന്നു. പെണ്മക്കൾക്ക് നല്ല വിദ്യാഭ്യാസം നൽക ണമെന്ന് നിർബന്ധമുള്ള ബാബ ബുലന്ദ്ഷഹറിലെ നിർമല കോൺ വെന്റ് സ്കൂളിലാണ് ഞങ്ങളെ പഠിപ്പിച്ചത്. ഖുർജയിലേക്ക് സ്കൂൾ ബസ് ഉണ്ടായിരുന്നില്ല. ഖുർജ സിറ്റിയിൽ വീടിനോടുചേർന്ന് ക്ലിനിക് നടത്തുന്ന ഡോക്റ്റർ തിവാരിയുടെ പ്രൈവറ്റ് വാനിലാണ് ഞങ്ങൾ സ്കൂളിൽ പോയിരുന്നത്. ഖുർജയിൽനിന്ന് ഇരുപത് കിലോമീറ്ററോളം അകലെയുള്ള സ്കൂളിൽ ചേർത്ത് പഠിപ്പിക്കാൻ അമ്മിയ്ക്ക് ഒട്ടും താല്പര്യമുണ്ടായിരുന്നില്ല. പക്ഷേ ബാബ തീരു മാനത്തിൽ ഉറച്ചുനിന്നു.

തലേന്നാൾ വലുതെന്തൊക്കെയോ സംഭവിച്ച കാര്യം അറിയാ തെയാണ് ഞങ്ങൾ ആ തിങ്കളാഴ്ച സ്കൂളിൽ പോയത്. ഒൻപതാം ക്ലാസിലായിരുന്നു ഞാനന്ന്. ഫർസാന ഏഴിലും. അന്നെനിക്ക് ഹിന്ദി പരീക്ഷയുള്ള ദിവസമായായിരുന്നു. പരീക്ഷ തുടങ്ങും മുൻ പുതന്നെ ഹെഡ് മിസ്റ്റ്രസ് എന്നെ ഓഫീസിലേക്ക് വിളിപ്പിച്ചു. അകലെ നിന്ന് വന്ന് പഠിക്കുന്ന മുസ്ലീം പെൺകുട്ടി എന്ന നിലയ് ക്ക് അവർക്ക് എന്നെ നല്ല പരിചയമുണ്ട്.

“ദുർദാനയുടെ കൂടെ വാനിൽ വരുന്ന കുട്ടികളെയെല്ലാം വിളി ച്ച് ഉടനെ ഗ്രൗണ്ടിലെത്തിക്കണം. വാൻ ഉടനെ ഖുർജയിലേക്ക് തിരിച്ചുപോകും.”

“എനിക്ക് പരീക്ഷയുണ്ട് മാഡം. ഇന്ന് ഹിന്ദി പരീക്ഷയാണ്.” ഞാൻ കാര്യമെന്തെന്നറിയാതെ വേവലാതിപ്പെട്ടു.

“ഇന്ന് പരീക്ഷയൊന്നും നടത്തുന്നില്ല. അതേക്കുറിച്ച് പേടിക്കേ ണ്ട.”

ഞാൻ മറ്റു കുട്ടികളെ വിളിക്കാൻ ക്ലാസുകളിലേക്ക് ഓടി. ഖുർജ യിൽ നിന്ന് ഞങ്ങൾ ആറുകുട്ടികളായിരുന്നു ആ വാനിൽ വന്നിരു ന്നത്. മറ്റുള്ളവർ പലയിടങ്ങളിൽ നിന്ന് കയറുന്നതാണ്. എല്ലാവ രെയും ഹെഡ് മിസ്റ്റ്രസ് പറഞ്ഞതായി പറഞ്ഞ് ഞാൻ ഗ്രൗണ്ടി

ലെത്തിച്ചു. പല പ്രദേശങ്ങളിലേക്കുള്ള കുട്ടികളെ തിരിച്ചയക്കാൻ അദ്ധ്യാപകർ മുൻകൈ എടുക്കുന്നതു കണ്ടപ്പോൾ പരീക്ഷ നടക്കില്ല എന്ന് ഞാൻ സമാധാനിച്ചു..

പതിവായി ജിടി റോഡിലൂടെയാണ് ഞങ്ങൾ പോയിരുന്നത്. പതിവു കാഴ്ചകളൊന്നുമല്ല എനിക്ക് ആ യാത്രയിൽ കാണാനായത്. വഴിമാറിയാണ് വാൻ ഓടുന്നതെന്ന് മനസ്സിലായ, കൂട്ടത്തിൽ ഏറ്റവും മുതിർന്ന ഞാൻ അതേപ്പറ്റി വാൻ ഡ്രൈവറോട് ചോദിച്ചപ്പോൾ "കർഫ്യൂ കി വജാ സെ മെയിൻ റോഡ് ബന്ദ് ഹെ. തോ മേഷോർട്ട് കട്ട് സെ ജാ രഹാ ഹു ബേട്ടീ" എന്നാണ് വെപ്രാളത്തോടെ അദ്ദേഹം പറഞ്ഞത്. ഞങ്ങൾക്ക് ഒന്നും പിടികിട്ടിയില്ല. സ്കൂളിൽനിന്ന് പുറപ്പെട്ടിട്ട് ഒരുപാട് സമയം പിന്നിട്ടതിനാൽ ഞങ്ങളിൽ മിക്കവർക്കും മൂത്രമൊഴിക്കാൻ മുട്ടുന്നുണ്ടായിരുന്നു. കാണെക്കാണെ പുറത്തെ ദൃശ്യങ്ങൾ ഞങ്ങളെ ഭയപ്പെടുത്തി. കത്തിയെരിയുന്ന വീടുകൾ. കൂട്ടക്കരച്ചിലുകൾ. മെഗാഫോണിൽക്കൂടി ജയ് ശ്രീറാം വിളികൾ. പെട്ടെന്ന് അഞ്ചാറുപേരടങ്ങുന്ന ഒരു കൂട്ടം വന്ന് റോഡിൽ കുറുകെ നിന്ന് വാൻ തടഞ്ഞു. അവർ വാനിലേക്ക് ഇരച്ചുകയറിവന്നപ്പോൾ ഞങ്ങളെല്ലാം ശ്വാസം നിലച്ച മട്ടിലായി. ചോരയിറ്റുന്ന വാളേന്തിയ രണ്ടുപേർ മുന്നിൽ കയറി നിന്നു.

"ഇസ് വാൻ മേ കോൻ കോൻ മുസ്ലീം ഹെ? ജൽദീ ബോൽ" അവരിലൊരാൾ അലറി.

"നഹീ അങ്കിൾ.... ഹം സബ് ഹിന്ദു ഹെ. യഹാം കോയി മുസ്ലിം നഹീ ഹെ."

മറ്റു കുട്ടികൾ ഉറക്കെ പറഞ്ഞു. ഞാനും ഫർസാനയും മിണ്ടാട്ടം മുട്ടി തരിച്ചിരിക്കുകയായിരുന്നു. കുട്ടികൾ പറഞ്ഞത് നേരുതന്നെയെന്ന് ഡ്രൈവർ സഞ്ജയ് അങ്കിളും സാക്ഷ്യപ്പെടുത്തിയപ്പോൾ വാൾ താഴ്ത്തിപ്പിടിച്ച് ആ കൂട്ടം വാനിനെ പോകാൻ അനുവദിച്ചു. വാനിൽ അവർ നിന്നിടത്ത് ഇറ്റിവീണ രക്തത്തുള്ളികൾ ഫർസാന കാണാതിരിക്കാൻ ഞാനവളെ എന്റെ മടിയിലേക്ക് ചായ്ച്ചു. ഇതിനിടയിൽ സ്കൂളിൽ നിന്ന് വിവരം ശേഖരിച്ച രക്ഷിതാക്കളിൽ മിക്കവരും വാനിനെ പിന്തുടർന്നുവന്ന് അവരുടെ കുട്ടികളെ വാനിൽനിന്ന് ഇറക്കിക്കൊണ്ടുപോയിരുന്നു. ഓരോ തവണ വാൻ നിർത്തി ഡ്രൈവർ തല പുറത്തേക്കിട്ട് സംസാരിച്ചപ്പൊഴും ഞങ്ങൾ ഭയന്നുവിറച്ചു. ഒടുവിൽ വാനിൽ ഞങ്ങൾ ആറ് കുട്ടികൾ മാത്രം ബാക്കിയായി. ഖുർജ സിറ്റി സെന്ററിൽ എത്തിയപ്പോൾ വാൻ പെട്ടെന്ന് നിന്നു. ഹിന്ദുവിഭാഗക്കാർ കൂടുതലുള്ള സ്ഥലമായിരു

ന്നു അത്. ഇനിയങ്ങോട്ട് വാൻ പോകില്ലെന്നും എല്ലായിടത്തും കർഫ്യൂ ആണെന്നും ഡ്രൈവർ ഞങ്ങളോട് പറയുന്നതിനിടെ മെഗാഫോൺ പിടിച്ചവരുടെ ജയ് ശ്രീറാം വിളികളും കത്തുന്ന വീടുകളിൽ നിന്നുള്ള നിലവിളികളും ഞങ്ങൾക്ക് തൊട്ടടുത്താവുന്നത് ഞാൻ കണ്ടു.

അങ്ങനെ ഭയചകിതരായി ഞങ്ങളിരിക്കെ വാൻ ഉടമയായ ഡോക്റ്റർ തിവാരി വന്ന് ഞങ്ങളെ അദ്ദേഹത്തിന്റെ വീട്ടിലേക്കു കൊണ്ടുപോയി വീടിനോട് ചേർന്ന ക്ലിനിക്കിൽ ഇരുത്തി. ഞങ്ങളുടെ രക്ഷിതാക്കളെ വിവരം അറിയിച്ചിട്ടുണ്ടെന്നും ഭയക്കേണ്ടെന്നും അദ്ദേഹം പറഞ്ഞു. ആ മുറിയിലെ ക്ലോക്ക് അപ്പോൾ അഞ്ചുമണി സമയം കാണിച്ചു. ഉച്ചഭക്ഷണം ഞങ്ങളുടെ ടിഫിൻ ബോക്സുകളിൽ തണുത്തുറഞ്ഞ് കിടന്നിരുന്നു. വയറു കത്തിക്കാളുന്നത് ഞങ്ങൾക്ക് അന്നേരം വേറിട്ടറിയാൻ ആവുമായിരുന്നില്ല.

പലയിടങ്ങളിലും ടെലഫോൺ ലൈനും ഇലക്ട്രിസിറ്റിയുമെല്ലാം താറുമാറായിക്കിടക്കുകയാണെന്ന് പുറത്ത് കൂടിനിന്നവർ പറയുന്നത് ജനാലയിലൂടെ ചെവികൂർപ്പിച്ച് ഞാൻ കേട്ടു. ഒരു ഭാഗത്ത് മാറി നിന്ന് നാലഞ്ചു പോലീസുകാർ കുറച്ചുപേരോട് എന്തോ കാര്യമായി സംസാരിക്കുന്നുണ്ടായിരുന്നു. പലരുടെയും മുഖത്ത് ക്രൂരഭാവമായിരുന്നു. അല്പസമയത്തിനകം നാലു പോലീസുകാർ ഞങ്ങളെ ജീപ്പിൽ കയറ്റിക്കൊണ്ടുപോയി വീടുകളിലെത്തിച്ചു. ഖുർജയിലെ ഹിന്ദു കുടുംബങ്ങളെ സുരക്ഷിതരായി അവരുടെ ബന്ധുവീടുകളിലേക്ക് മാറ്റാൻ സഹായിക്കാമെന്ന ഉറപ്പിലായിരുന്നു അത് എന്ന് ബാബ പറഞ്ഞ് പിന്നീടാണ് ഞങ്ങൾ അറിഞ്ഞത്. സർക്കാർ സഹായത്തോടെ അക്രമികൾ ഉണ്ടാക്കിയ വലിയ മുറിവ് സാമുദായികലഹള ഉണ്ടാക്കുമെന്ന ഭയം കാരണമത്രെ അങ്ങനെ ചെയ്തത്. ഹിജാബ് ധരിച്ചുകൂടാത്ത മിഷണറി സ്കൂളിലെ കുട്ടികളായതുകൊണ്ടു മാത്രം ഞങ്ങൾ വഴിയിലെവിടെയും വാളിനിരയാവാതെ വീട്ടിലെത്തി.

രാത്രി ഏറെ നീളുംവരെയും ഈ ഓർമകളിൽ ഉറക്കംകെട്ട് കിടന്ന ഞാൻ എപ്പഴോ ഉറങ്ങിക്കാണണം. ഉണരുമ്പോൾ മാസ്കിന്റെ മറയില്ലാത്ത നിറചിരിയുമായി ആൻസി മുന്നിലുണ്ടായിരുന്നു.

"ഇന്ന് ഡിസ്ചാർജ് ചെയ്യാമെന്ന് ഡോക്റ്റർ പറഞ്ഞിട്ടുണ്ട്. ശുഹൈബ് ഉടൻ വരും. നൗ യു ആർ ആൾറൈറ്റ് ദുർദാനാ. നതിംഗ് റ്റു വറി. മരുന്ന് സമയത്ത് കഴിച്ച് സന്തോഷമായി ഇരുന്നാൽ മാത്രം മതി. എല്ലാം ഓകെയാവും."

ബെന്നിയും ആൻസിയും ചെയ്തുതന്ന സഹായത്തിന് ഞാൻ ഞങ്ങളുടെ സ്നേഹവും നന്ദിയും അറിയിച്ചു. അതിനിടയിൽ ഒരു പൊതിയെടുത്ത് എനിക്കു നീട്ടിക്കൊണ്ട് ആൻസി പറഞ്ഞു.

"കുറച്ച് സ്വീറ്റ്സാണ്. ഇന്ന് ഗാന്ധിജയന്തിയല്ലേ. രാഷ്ട്രപിതാവിനെ കൊന്നവർ തന്നെയാണല്ലോ ഇന്ന് നമ്മുടെ എല്ലാ ദുരിതങ്ങൾക്കും കാരണം. ഒരു ഫാസിസ്റ്റ് ഭരണവും എന്നും നിലനിന്നിട്ടില്ലല്ലോ ദുർദാനാ. നമ്മൾ ഒരുമിച്ച് പൊരുതും." ആൻസിയുടെ വാക്കുകൾ എന്നെ വിസ്മയിപ്പിച്ചു. എനിക്ക് എന്തെന്നില്ലാത്ത ആശ്വാസം തോന്നി.

തിരക്കൊഴിഞ്ഞ നിരത്തിലൂടെ ധൃതികൂട്ടാതെ ഓടി ഞങ്ങളുടെ കാർ ഫ്ലാറ്റിലേക്ക് അടുത്തുകൊണ്ടിരുന്നു. താപനില കുറഞ്ഞ തെരുവ് എനിക്ക് നിറമുള്ള പുറംകാഴ്ചകൾ നൽകി. ഫ്ലാറ്റിലെത്തി വാതിൽ തുറന്നതും നാവേദ് എനിക്കായി കരുതിവെച്ച സർപ്രൈസിന്റെ ചരടുപൊട്ടിച്ച് റെയ്സ കൈകൊട്ടിച്ചിരിച്ചു. നെഞ്ചുവേദന വന്നപ്പോൾ കൈയ്യിൽനിന്ന് വഴുതിവീണ് പൊട്ടിച്ചിതറിയ സെറാമിക് പ്ലേറ്റിന്റെ ചീളുകൾ ചേർത്തുവെച്ച് നാവേദ് ഒരുക്കിയ ഇന്ത്യാഭൂപടം! സാവധാനം സെറ്റിയിലിരുന്ന് ഞാൻ നാവേദിന്റെ കരകൗശലം ആസ്വദിച്ചു. സെറാമിക് ചീളുകൾ സോഫ്റ്റുബോർഡിൽ വളരെ ഭംഗിയായി ഒട്ടിച്ചിട്ടുണ്ട് അവൻ. കഴിഞ്ഞ തവണ വെക്കേഷൻ കഴിഞ്ഞ് തിരിച്ചുവരുമ്പോൾ ബാബ സമ്മാനിച്ച മനോഹരമായ ചിത്രപ്പണികളുള്ള ഖുർജപോട്ടറി പ്ലേറ്റ് ആയിരുന്നു പൊട്ടിപ്പോയത്. സോഫയിൽ ചാരിയിരുന്ന് ഞാനാ സെറാമിക് ഇന്ത്യയിലൂടെ വിരലോടിച്ചു കൊണ്ടിരുന്നു. ഒട്ടിച്ചുചേർക്കപ്പെട്ട ചീളുകൾക്കിടയിൽ ചാലിച്ച വർണങ്ങളുടെ വൈവിദ്ധ്യം തിളക്കമേറ്റിയ ഇന്ത്യ! ഞാൻ ഒരു ദീർഘനിശ്വാസത്തോടെ കണ്ണുകളടച്ചു.

അപ്പോൾ തെരുവുകളിൽ നിന്ന് ആൾക്കൂട്ടങ്ങൾ ഇരമ്പിവരുന്നതും ഒരു മഹാസമുദ്രമായി ഒരുമിക്കുന്നതും ഞാൻ കണ്ടു. വെറുപ്പിന്റെ രാഷ്ട്രീയത്തെ വിചാരണ ചെയ്യുന്ന മനുഷ്യത്തിരകൾക്ക് ഞാൻ സാക്ഷിയായി. തെളിവുകൾ ചരിത്രം രേഖപ്പെടുത്തും. ഞാൻ ആത്മവിശ്വാസത്തോടെ ആൻസി സമ്മാനിച്ച മധുരപ്പൊതി തുറന്നു.

OO

ഏപ്രിൽ

"I am no bird; and no net ensnares me; I am a free human being with an independent will, which I now exert to leave you."

-Charlotte Bronte,
Jane Eyre

4

ബേഗം പൻവേൽസാഹിബ

ബിനിത സെയ്ൻ

'ബേഗം പൻവേൽസാഹിബ.. ഓഹ് അല്ലല്ലോ. ബേഗം പൻവേൽ ലക്ഷ്മി സാഹിബാ ഹ്ഹാ.. ഹ.. ഹ്ഹാ....'

ഫ്രെയിം ചെയ്ത ചിത്രത്തിലേക്ക് നോക്കിക്കൊണ്ടിരിക്കുമ്പോളാണ് സ്റ്റുഡിയോ റൂമിനെ പ്രകമ്പനം കൊള്ളിച്ച ബിജോയ്സിന്റെ അട്ടഹാസം മുഴങ്ങിയത്.

പൻവേൽ ലക്ഷ്മിയും അന്നിതു പോലെയാണ് ഈ ചിത്രം കണ്ട് അട്ടഹസിച്ചത്. അന്നെന്നു പറഞ്ഞാൽ ഞാനീ പോർട്രെയ്റ്റ് വരച്ചു പൂർത്തിയാക്കിയ അന്ന്. ഏകദേശം പന്ത്രണ്ടു വർഷങ്ങൾക്ക് മുമ്പ്.

'പാരെടാ, ഇബ്നു ബഹാദൂർ... പൻവേൽലക്ഷ്മി, ബേഗം പൻവേൽ സാഹിബാ'

'ആയിട്ടേൻ എപ്പടി? ജോറായിറ്ക്കില്ലേ?'

മുഗൾ ചക്രവർത്തിനിയുടെ വേഷവിധാനത്തോടെ, കറുത്തു തടിച്ചോരു തമിഴത്തി പ്രൗഢഗംഭീരഭാവത്തിൽ സിംഹാസനത്തിലിരിക്കുന്ന ചിത്രം! സ്വന്തം ഛായാചിത്രത്തിലേക്ക് നോക്കിക്കൊണ്ടവൾ കുലുങ്ങിച്ചിരിച്ചപ്പോൾ മുൻനിരപ്പല്ലുകൾക്കിടയിലെ കറുത്ത വിടവും പച്ചക്കൽമൂക്കുത്തിയും തെളിഞ്ഞു കണ്ടു.

എന്റെ വരയ്ക്കുള്ളതല്ല ആ സർക്കാസച്ചിരി എന്നെനിക്കറിയാമായിരുന്നു. കാരണം അതൊരു കാരിക്കേച്ചർ അല്ലായിരുന്നല്ലോ.

ഒരു തമിഴ്പെണ്ണ് 'സുൽത്താന'യായതിലെ സർക്കാസം. ഇതുവരെ ആരും വരച്ചു കണ്ടിട്ടില്ലാത്ത രൂപത്തിൽ സ്വന്തം രൂപരേഖ കണ്ടതിലെ അപഹാസ്യതയായിരുന്നു ആ ചിരിയിൽ.

ഈ ചിത്രം വരയ്ക്കുന്നതിന് ഒരാഴ്ച മുമ്പ്, ഇതേ പൻവേൽലക്ഷ്മിയാണ് തോളത്തു തട്ടി, 'ഇബ്നു ബഹാദൂർ നീ പെരിയ ആർ

ട്ടിസ്റ്റായിട്ടേൻ' എന്ന സർട്ടിഫിക്കറ്റ് തന്നത്. അപ്പൊ ആ ചിത്രം എങ്ങനെ ജോറല്ലാതെയാവും.

പൻവേൽ ലക്ഷ്മിയ്ക്ക് മുന്നേ 'ഇബ്നു ബഹാദൂർ' എന്ന മുഴുവൻ പേരോടെ എന്നെ വിളിച്ചിട്ടുള്ളത് പ്രീഡിഗ്രി ക്ളാസ്സിലെ സൂവോളജി വിഭാഗം ഹെഡ് മാത്യു സർ ആയിരുന്നു.

'ഇബ്നു ബഹാദൂർ യൂ ആർ എ ബ്രില്ല്യന്റ് സ്റ്റുഡന്റ് ആൻഡ് യൂ ഹാവ് എ ബ്രൈറ്റ് ഫ്യൂച്ചർ ഓൾസോ' എന്ന സാറിന്റെ വാക്കുകളിലെ 'ഫ്യൂച്ചറിൽ' മിസ്റ്റർ ബഹാദൂർ കണ്ടത് 'ഡോക്ടർ ഇബ്നു ബഹാദൂർ' എന്ന സ്വപ്നം ആയിരുന്നെങ്കിൽ, സൂവോളജി ടെക്സ്റ്റ് ബുക്കിലെ അനാട്ടമി ചിത്രങ്ങളിലായിരുന്നു മകന്റെ സ്വപ്നങ്ങളുടക്കിയിരുന്നത്.

ജീവജാലങ്ങളുടെ അനാട്ടമിയിൽ നിന്ന് മനുഷ്യശരീരത്തിന്റെ വളവുകളും ചുഴികളും ചാർക്കോൾ കൊണ്ട്, അനായാസേന ഒപ്പിയെടുക്കാൻ കൈവഴങ്ങുന്ന 'ആർട്ടിസ്റ്റ് ഇബ്നു ബഹാദൂർ.' ഒരു ആർട്ടിസ്റ്റിലേക്ക് ഞാൻ എത്തിച്ചേർന്നുവെങ്കിൽ അതിൽ പൻവേൽ ലക്ഷ്മിക്ക് വലിയ പങ്കുണ്ട്. ഏറ്റവും കൂടുതൽ വരച്ചുപഠിച്ചിട്ടുള്ള ശരീരവടിവുകളും അവരുടേത് തന്നെ.

'ന്യൂഡ് ആർട്ട്' മോഡലായ, പൻവേൽ എന്ന് ഞാൻ വിളിക്കുന്ന, 'പൻവേൽ ലക്ഷ്മി!' കെ.ജെ ആർട്ട് സ്കൂളിന്റെ സ്വന്തം 'പൻവേൽ!' അങ്ങനെ അറിയപ്പെടാനായിരുന്നു അവർക്കും ഇഷ്ടം.

'പൻവേൽലക്ഷ്മി പേര് കേട്ടപ്പോ ഞാൻ കരുതി വല്ല ചെറുപ്പക്കാരിയുമായിരിക്കുമെന്ന്; നല്ല സ്ട്രക്ച്ചറൊത്ത ഒരെണ്ണം. ഇതിപ്പോ പത്തുമുപ്പത്തഞ്ചു വയസ്സ് കാണുമല്ലോ. ആകെക്കൂടെ ഇടിഞ്ഞു തൂങ്ങി... ഇതൊക്കെയായിരുന്നോ നിങ്ങളുടെ മോഡൽസ്.. ഹഹ... അടിപൊളി.' ബിജോയ്സ് ഇപ്പോളും ചിത്രത്തിനുള്ളിൽ തന്നെയാണ്. അവന്റെ സർക്കാസം ഇതുവരെ അവസാനിച്ചില്ല.

'നീ നിന്റെ ഗ്രാഫിക് ഡിസൈനിങ് അതിൽ നടത്തണ്ട. ഞാൻ പറഞ്ഞ കാര്യം ചെയ്യാൻ പറ്റുമെങ്കിൽ ചെയ്തുതാ.'

'ഹ..നീയൊന്നടങ്ങെടാ. ഞാനൊരു തമാശ പറഞ്ഞതല്ലേ. അവൻ അന്വേഷിച്ചിട്ട് വിളിക്കാമെന്നല്ലേ പറഞ്ഞത്. വെയിറ്റ് ചെയ്യ്.'

പരിഹാസം എനിക്ക് പിടിക്കുന്നില്ലെന്ന് മനസ്സിലായത് കൊണ്ടാവും പിന്നീടവൻ ഗൗരവത്തിലായത്. വാക്കുകളിൽ നീരസം ഏറിപ്പോയെന്ന് തോന്നി. അല്ലെങ്കിലും ആളെ കണ്ടുപിടിച്ചുതരിക എന്നതല്ലല്ലോ ഒരു ഗ്രാഫിക് ഡിസൈനറുടെ ജോലി.

പൻവേൽലക്ഷ്മിയെ തേടിയിറങ്ങി ഒടുക്കം എത്തിച്ചേർന്നതാ

ണ് പഴയ നാട്ടുകാരനായ കൂട്ടുകാരന്റെയടുത്ത്. പൻവേൽ കോട മ്പാക്കത്തൊണ് താമസമെന്നറിഞ്ഞപ്പോൾ ആദ്യമോർമ്മ വന്ന കോടമ്പാക്കം കണക്ഷൻ ബിജോയ്സ് മാത്രമാണ്. ആകെ അറിയാവുന്ന ഒരു ക്ലൂ പൻവേലിന്റെ മകൻ രത്നവേൽ എന്ന സ്കൂൾ വാധ്യാരെ മാത്രം. ആ ക്ലൂവിൽ പിടിച്ചാണ് ഇവന്റെയടുക്കലെത്തിയത്. അവന്റെ പരിചയം വച്ച് പൻവേലിനെ കണ്ടെത്താനാവുമെന്ന ചെറിയൊരു പ്രതീക്ഷ.

കറുത്തുരുണ്ട രൂപത്തിൽ സങ്കല്പിച്ചെടുത്ത രത്നവേലിന് പൻവേലിന്റെ സാദൃശ്യം തന്നെയായിരുന്നു.

'പൻവേൽ, രത്നവേൽ, മുത്തുവേൽ, കതിർവേൽ അമ്മയ്ക്കും മക്കൾക്കും ഒക്കെ വേൽ എന്ന വാൽ ഉണ്ടല്ലോ എന്താ അതിന്റെ ഗുട്ടൻസ്?' എപ്പോളുമുള്ള പൊട്ടിച്ചിരിയായിരുന്നു പൻവേലിന്റെ ആദ്യ മറുപടി.

'ഒഹ്ഹോ ഇബ്നു ബഹാദൂർ...തെരിയില്ലേ?. പൻവേൽ വന്ത് മുംബൈയിലെ ഒരു സിറ്റി. അങ്കെതാ ഇപ്പോ എങ്കളോടെ വീട്. ഊര് കോടമ്പാക്കം. പതിനേഴ് വർഷമാച്ച് മുംബൈ വന്തിട്ടു.'

തമിൾ മലയാളം നിറഞ്ഞ പൻവേലിന്റെ ശൈലി കേൾക്കാൻ നല്ല രസമാണ്. ഒട്ടുമിക്കഭാഷകളും തന്നെ പൻവേലിനറിയാം. ആർട്ട് സ്കൂൾ വിദ്യാർത്ഥികളിൽ നിന്നും പഠിച്ചെടുത്തത്. ഏത് ഭാഷ സംസാരിച്ചാലും ഒരു തമിൾച്ചുവ ഉണ്ടാവുമെന്ന് മാത്രം.

'ഒരു മലയാളത്താൻ സർ ഇരുന്താര്. ജേക്കബ് സർ അവരാക്കും എനക്ക് മലയാളം പഠിപ്പിച്ചത്. അവർ താൻ എനക്ക് പൻവേൽ ലക്ഷ്മി എന്ന പേര് പോട്ടത്. ഇങ്കെ വെളിയിൽ നാൻ സ്വീപ്പർ ലക്ഷ്മി, ഉള്ളെ കെ.ജെ ആർട്സ്കൂൾ മോഡൽ പൻവേൽലക്ഷ്മി.'

തുടക്കമിട്ടാൽ അവസാനിക്കാത്ത സംസാരങ്ങളും, ഒടുവിൽ ശരീരമാകെ ഇളക്കിയൊരു ചിരിയും പൻവേലിന്റെ പ്രത്യേകതയാണ്. ചിരിയൊഴിഞ്ഞൊരു മുഖത്തോടെ പൻവേലിനെ കാണുന്നത് പോസിംഗ് സെക്ഷനിൽ മാത്രമാണ്. മണിക്കൂറുകൾ നീണ്ട നിശ്ച്ചലാവസ്ഥ!

'ജീവസ്സുറ്റ മനുഷ്യരൂപത്തെ കൃത്യതയോടെ കടലാസിൽ പകർത്താനായാൽ നിങ്ങൾക്ക് പ്രഗൽഭനായ കലാകാരനാകാം. പക്ഷേ വർഷങ്ങളെടുത്ത് ആർജ്ജിച്ചെടുക്കേണ്ട സിദ്ധിയാണത്' എന്ന ഡ്രോയിങ്ങ് മാഷിന്റെ വാക്കുകളെ പിൻപറ്റിയാണ് ലൈഫ് ഡ്രോയിങ്ങ് എന്ന സ്വപ്നവുമായി മുംബൈക്ക് വണ്ടി കയറിയത്.

നഗ്നരായ ലൈവ് മോഡൽസിലെ പെണ്ണുടലുകളുടെ മാദകഭംഗി ആസ്വദിക്കുക എന്ന കൗമാരകുസൃതിയോടെ കയറിയ ആദ്യത്തെ ലൈഫ് ഡ്രോയിങ്ങ് ക്ലാസ്സ്.

ക്യാൻവാസിനു മുന്നിൽ ഇരുന്നപ്പോൾ പ്രതീക്ഷകളെ ആകെ മാറ്റിമറിച്ചു കൊണ്ടാണ് നഗ്നയായ സ്ത്രീരൂപം മുന്നിലെ കസേരയിൽ തന്റെ നിശ്ചലദേഹവുമായി പ്രത്യക്ഷപ്പെട്ടത്.

പൊക്കംകുറഞ്ഞ കറുകറുത്തൊരു സ്ത്രീരൂപം. എണ്ണതേച്ചു മിനുക്കി ഒതുക്കിയ മുടിയും, തവിട്ടുനിറമുള്ള കണ്ണുകളും, വലിയ പച്ചക്കൽമൂക്കുത്തിയും, കഴുത്തിന് വലതുവശത്തായി ഓം എന്ന് പച്ച കുത്തിയിരിക്കുന്നതും കണ്ടപ്പോൾ തമിഴ് സിനിമകളിലെ അമ്മവേഷങ്ങൾ പെട്ടെന്ന് കൺമുന്നിലൂടെ മിന്നിമാഞ്ഞു. സാമാന്യം വണ്ണമുള്ള കറുത്ത ശരീരത്തിൽ താഴേക്ക് തൂങ്ങിക്കിടക്കുന്ന മാറിടങ്ങൾ. അരക്കെട്ടിലൊതുങ്ങി നിൽക്കാതെ നേർത്തപാടുകളോടെ ഇടിഞ്ഞുതൂങ്ങിയ വയർ. കുറുകിയ വണ്ണമുള്ള ശരീരത്തെ താങ്ങുവാൻ പ്രാപ്തമായ വലിയ തുടയിടുക്കുകൾ.

'ഇതാണോ ലൈവ് മോഡൽസ്. അയ്യേ' എന്ന് മനസ്സാൽ പറഞ്ഞത് ചിരിയിലൂടെ പ്രതിധ്വനിച്ച് ചെന്നെത്തിയത് ആർട്ട്ടീച്ചറുടെ കാതുകളിൽ. രോഷാകുലയായ മാഡം സിന്ധ്യമിശ്ര രാഷ്ട്രഭാഷയിൽ ശിക്ഷവിധിച്ചു.

'തനിക്കു മാത്രമെന്താ ഇത്ര ചിരി? മോഡൽസിനെ ബഹുമാനിക്കാൻ അറിയാത്തവൻ ലൈഫ് ഡ്രോയിങ്ങ് പഠിക്കാൻ അർഹനല്ല. എന്റെ ക്ലാസ്സിൽ നിന്ന് പുറത്തുപോവുക. ഞാൻ പറഞ്ഞിട്ട് ഇനി കയറിയാൽമതി'

അതായിരുന്നു ആ ശിക്ഷാവിധിയുടെ ചുരുക്കം.

ഇളിഭ്യനായി ക്ലാസ്സിന് വെളിയിലിറങ്ങുമ്പോൾ എന്നെ നോക്കുന്ന തവിട്ടുകണ്ണുകളിൽ കോപത്തിനു പകരം കണ്ടത് ദയനീയഭാവമായിരുന്നു. ഒരു പത്തൊമ്പതുകാരന്റെ പക്വതയില്ലായ്മയായിക്കണ്ട് എനിക്ക് മാപ്പ് കൊടുക്കാൻ മാഡം സിന്ധ്യയോട് ശുപാർശ ചെയ്ത ആ തവിട്ടുകണ്ണുകൾക്കുടമയായ പൻവേലായിരുന്നു പിന്നീടങ്ങോട്ട് എന്റെ ചിത്രകലാധ്യാപിക.

കാഴ്ചക്കാരന്റെ സന്തോഷത്തിനായി വരയ്ക്കുന്ന കലാസൃഷ്ടികളിലെ നഗ്നതയും കലാകാരൻ വരയിലൂടെ കഥപറയുന്ന നഗ്നസൃഷ്ടികളും രണ്ടാണെന്നുള്ള തിരിച്ചറിവ് ഓരോ ക്ലാസ്സുകളിലൂടെയും പൻവേൽ മനസ്സിലാക്കിത്തരുകയായിരുന്നു.

ഒരു ക്ലാസ്സിന് മുന്നിൽ വിവസ്ത്രയായി മണിക്കൂറുകളോളം നിൽ

ക്കുമ്പോൾ അവർ ധ്യാനത്തിലിരിക്കുന്ന മൂർത്തികൾ പോലെയാണ്. ദൈവാംശം തങ്ങിനിൽക്കുന്ന ആ നിശ്ചലദൃശ്യം മനസ്സിന്റെ കാൻവാസിൽ വരകൾ കൊണ്ട് വളവുകൾകോറിയിട്ടു തുടങ്ങും.

വെളുത്ത ക്യാൻവാസിൽ പെൻസിൽ കൊണ്ട് രൂപങ്ങൾ തെളിയുമ്പോൾ മേലാസകലം ഷാൾ കൊണ്ട് മൂടി, ഓരോ ക്യാൻവാസും പരിശോധിച്ച് തെറ്റുകുറ്റങ്ങൾ പറഞ്ഞു തിരുത്തുന്ന വരയറിയാത്ത മോഡൽ അതിശയമായി മാറി.

'എന്നോട ബാഡി എനക്കല്ലെ നന്നായി തെരിയുന്നത്?' എന്നു ചോദിച്ചു പൊട്ടിച്ചിരിക്കുമപ്പോൾ. ആ തിരുത്തലുകളിലാണ് പലപ്പോഴും പൻവേൽ എന്ന ലക്ഷ്മിയെ കൂടുതൽ അടുത്തറിഞ്ഞത്. അവരിലെ ഭാര്യയെ, അമ്മയെ ഒക്കെയും മനസ്സുകൊണ്ട് ആദരിച്ചത്. സ്ത്രീത്വത്തെ, സ്ത്രീകളെ ബഹുമാനിക്കാൻ പഠിച്ച നാളുകൾ!

'എന്നോട പുരുസന് തെരിയില്ലെ നാനൊരു മോഡൽ എന്ന്. അറിഞ്ചാ കൊന്നേ പോട്ടിടുവേ. അവര്ക്ക് നാൻ ഇന്ത കോളേജ് സ്വീപ്പർ. ടാക്സിഡ്രൈവർ ആനാലും പെരിയ കുടികാരൻ. ഒഴുങ്കാ വേലക്ക് പോകമാട്ടേ. പസങ്കളെ വളർത്തവേണ്ടാമാ. എനക്ക് പഠിപ്പ് കെടയാത് വേറെന്ന വേല കിട്ടും. ഇന്ത വേലയെല്ലാം വെളിയെ എല്ലോർക്കും വെഭിചാരത്ത്ക്ക് സമം താനെ'

വാ തോരാതെ സംസാരിച്ചു കൊണ്ടിരിക്കുന്ന പൻവേൽ! ഒരിക്കൽ ജീവിതപ്രാരാബ്ധങ്ങൾ പറയുന്നതിനിടയിലാണ് പൻവേൽ തന്റെയൊരു മോഹത്തെക്കുറിച്ച് പറഞ്ഞത്. ഉടയാടകളില്ലാത്ത അനേകം ഛായാചിത്രങ്ങളിലൊന്നുപോലും തനിക്ക് കൈവശം വയ്ക്കാനാവില്ലയെന്നും ഒരു റാണിയുടെ ഭാവത്തിൽ സർവ്വാഭരണവിഭൂഷിതയായ ഒരു ചിത്രം വേണമെന്നും അത് ഫ്രെയിം ചെയ്തു വീടിന്റെ ചുമരിൽ തൂക്കിയിടണം എന്നുമുള്ള ഒരു ചെറിയമോഹം.

തന്റെ ശരീരത്തെ ആടയാഭരണങ്ങളാൽ സമ്പന്നമായി കാണാനുള്ള ഒരു മോഡലിന്റെ മോഹത്തെ സാക്ഷാത്കരിച്ചു കൊടുക്കുക എന്ന ഉദ്യമത്തിന് മുതിരുമ്പോൾ ആദ്യമായി ഞാനെന്നെ ഒരു ചിത്രകാരനായി അംഗീകരിക്കുകയായിരുന്നു. കുറവേതുമില്ലാതെ പൻവേൽ അതിനെ വിലയിരുത്തിയതും അവസാനമായി പൻവേൽ ക്യാൻവാസിനു മുന്നിലിരുന്നതും അന്നായിരുന്നു. ചുമരിൽതൂക്കാൻ പാകത്തിൽ ഫ്രെയിം ചെയ്യാനായി ആ ചിത്രം എന്റെ കൈകളിലേൽപ്പിച്ച് പൻവേൽ യാത്ര പറയുമ്പോൾ ഒരിക്കലും കരുതിയിരുന്നില്ല അത് കെ.ജെ. ആർട്ടിലെ പൻവേലിന്റെ അവസാന പെയിന്റി

ണ്ട് ആയിരിക്കുമെന്ന്.

ഏതോ അജ്ഞാതവാസത്തിലെന്നപ്പോലെ അദൃശ്യയായ പൻവേൽ. മതിയായ മേൽവിലാസമില്ലാതെ എവിടെയും എത്താത്ത അന്വേഷണങ്ങൾ അവസാനിപ്പിക്കുമ്പോൾ ക്യാൻവാസ് ഒഴിഞ്ഞ ആർട്ട് സ്കൂൾ മറ്റൊരു ലൈവ് മോഡലിനായുള്ള പരസ്യം പ്രസിദ്ധീകരിച്ചു തുടങ്ങിയിരുന്നു. ഉടമയേറ്റു വാങ്ങാനെത്താത്ത ആ ഛായാചിത്രത്തിലിരുന്ന് ബേഗം പൻവേൽസാഹിബ തന്റെ തവിട്ടുനിറമുള്ള കണ്ണുകളാൽ നിസ്സഹായ നോട്ടമെറിയുന്നു.

ഒരുപക്ഷേ ആ ചിത്രമായിരിക്കും ഞാൻ വരച്ചതിൽ ഏറ്റവും മികച്ചത്. അതിനുശേഷം എത്രയോ ചിത്രങ്ങൾ വരച്ചു. പൻവേലിന്റെ വിശകലനം നേരിടാത്ത ആ ചിത്രങ്ങളിലെല്ലാം തൃപ്തിവരാത്ത എന്തോ ഒന്ന് അവശേഷിച്ചിരിക്കും.

'മുരുഗൻ കോവിൽ പക്കമാ. ഓക്കെ ലൊക്കേഷൻ വാട്സാപ്പ് പണ്ണിട്. സരി. താങ്ക്യൂ' ഫോൺകോളിന് മറുപടി നൽകിയ ബിജോയ്സിന്റെ പ്രസന്നത നിറഞ്ഞ മുഖം പ്രതീക്ഷ നൽകി.

'ആ സ്കൂൾമാഷ് രത്നവേലിന്റെ അഡ്രസ്സു കിട്ടിയിട്ടുണ്ട്. പക്ഷേ എന്റെ സംശയം അതല്ല. വർഷങ്ങൾക്കുശേഷം തന്റെ പഴയ മോഡലിനെത്തേടി ഈ ചിത്രകാരൻ വന്നതിന്റെ ഉദ്ദേശം എന്താണെന്നാണ്?'

ബിജോയ്സിന്റെ ചോദ്യത്തിന് മറുപടി പറയാനില്ലാതെ രത്നവേലിന്റെ മേൽവിലാസവുമായി സ്റ്റുഡിയോയിൽ നിന്നിറങ്ങുമ്പോൾ ദേഹം പൊള്ളിച്ചുകൊണ്ട് പുകമണം നിറച്ചൊരു കാറ്റ് എന്റെ ചുറ്റിലും പരക്കുന്നതുപോലെയായിരുന്നു.

വെയിൽച്ചൂടേറ്റ് വേവുന്ന ചെങ്കൽപ്പാതയുടെ അകലത്തായി പച്ചപ്പ് പുതച്ചുറങ്ങുന്ന നെൽവയൽ; നല്ലൊരു ചിത്രകാരന്റെ കരവിരുത് പോലെ പച്ചയും ഓറഞ്ചുനിറവും ചേർന്ന ഷെയ്ഡിൽ നിറഞ്ഞുനിൽക്കുന്നു. ആ വയലുകളെത്തും മുന്നേതന്നെ കണ്ടു എണ്ണംതെറ്റാതെ നാലാമത്തെ പച്ച നിറമുള്ള ഗേറ്റ്.

'ഇന്തവഴി നേരെ പോനാ ഒരു മുറുഹൻ കോവിലിറ്ക്ക്. അന്ത കോവിലോടെ റൈറ്റാ പോനാ വലതുപക്കം നാലാവത് ഒറു പച്ചൈ കളർ ഗേറ്റ്. അദ് താ നീങ്ക കേട്ട ലക്ഷ്മിയമ്മാവോട വീട്. അത് പൻവേൽലക്ഷ്മിയാ അല്ലയാ ഒന്നും തെരിയാത്. അവർ വന്ത് കൊഞ്ചം നാൾ ബോംമ്പയിലിരുന്താർ. അങ്കയേ കേട്ട്പ്പാര്.'

വഴിയിൽക്കണ്ട അണ്ണാച്ചി പറഞ്ഞതനുസരിച്ച് ഇതുതന്നെയാവണം വീട്. മുരുകന്റെ അമ്പലം കഴിഞ്ഞുള്ള നാലാമത്തെവീട്.

ഓടുമേഞ്ഞ വീടിന്റെ വരാന്തയിലും മുറ്റത്തുമായി കളിച്ചുകൊണ്ടിരിക്കുന്ന പല പ്രായത്തിലുള്ള കുട്ടികൾ. അപരിചിതനായ ഒരാളെ കണ്ടതുകൊണ്ടാവണം കറുത്തുമെലിഞ്ഞൊരു മീശക്കാരൻ അകത്തുനിന്ന് വരാന്തയിലേക്കിറങ്ങി വന്നത്.

'ഒഹ് ഹോ.... അമ്മാ.. എന്നമ്മാ കൊഞ്ചംകൂടെ വെക്കമേ ഇല്ലാമൽ... അദ് ദാ പസങ്കയെല്ലാം പാത്തിട്ടിറ്ക്കേ ല്ലെ.. ഉള്ളെയേറി പൊഹാമേ ഇങ്കയേ... ഹ.... ഡേയ് ഉള്ളെ പോടാ..'

മീശക്കാരന്റെ വാക്കുകൾ ശ്രദ്ധിച്ചപ്പോളാണ് കുട്ടികൾക്കിടയിലും മുറ്റത്ത് പുറംതിരിഞ്ഞിരുന്നു മൂത്രമൊഴിക്കുന്ന ഒരു സ്ത്രീയെ കണ്ടത്. അയാളുടെ ശകാരത്തിൽ കുട്ടികൾ നാലുപാടും ചിതറിയോടിയെങ്കിലും നരയേറിത്തുടങ്ങിയ, മുടി പറ്റെവെട്ടിയ ആ സ്ത്രീക്ക് ഒരു കുലുക്കവും ഉണ്ടായില്ല. ഉടുത്തിരുന്ന സാരി ആവശ്യത്തിലധികം ഉയർത്തിവച്ച് ചെയ്തുകൊണ്ടിരുന്ന ഉദ്യമം അവസാനിപ്പിച്ച ശേഷം മാത്രമേ അവർ അവിടെനിന്ന് എഴുന്നേറ്റുള്ളു.

ഒരുവശം ചെരിഞ്ഞുള്ള അവരുടെ നോട്ടത്തിൽ അമ്പരന്നു പോയത് കറുത്തുമെലിഞ്ഞ ശരീരത്തിൽ പാണ്ടുപിടിച്ചതും ചുക്കിച്ചുളിഞ്ഞതുമായ വെളുത്തുചുവന്ന മുഖം കണ്ടിട്ടായിരുന്നു. എന്നെ വകവയ്ക്കാതെ നേരെ വരാന്തയിലേക്ക് നടന്നുകയറിയ ആ സ്ത്രീരൂപം അവിടെയുള്ള ബെഞ്ചിൽ പോയിരിപ്പായി.

'യാര്? എന്ന വേണം?'

മീശക്കാരന്റെ ചോദ്യം സൗമ്യമായിട്ടായിരുന്നു.

'ഞാൻ.... ഇബ്നു ബഹാദൂർ, ഇത് രത്നവേലിന്റെ വീടല്ലേ?'

ബഞ്ചിലുരുന്ന് എന്നിലേക്ക് നീളുന്ന നോട്ടത്തെ തിരിച്ചൊരു പാളിനോട്ടത്തിലൂടെ നേരിട്ടെങ്കിലും ആ കണ്ണുകളിൽ കണ്ട ഭാവത്തെ എനിക്ക് വായിച്ചെടുക്കാനായില്ല.

'ആമ നാൻ താൻ രത്നവേൽ, എന്നാ?'

'ഞാൻ മുംബൈയിൽ നിന്ന് വരുവാ. പൻവേൽ ലക്ഷ്മിയെ പാക്കണം.' വാക്കുകൾക്ക് വേണ്ടി ഞാൻ പരതുമ്പോൾ, സൗമ്യഭാവം മാറി ഗൗരവം നിറയുന്ന അയാളുടെ മുഖഭാവം തെല്ലു ഭയപ്പെടുത്താതെ ഇരുന്നില്ല.

'ഇങ്ക പൻവേൽ ഒന്നും കെടയാത്. എങ്കളുക്ക് എന്ത പൻവേൽ ലക്ഷ്മിയേം തെരിയാത്. നീങ്ക പോങ്ക.'

അയാളുടെ മുഖവും വാക്കുകളും മുറുകിക്കൊണ്ടിരുന്നു. അകത്തുനിന്നും രണ്ടുമൂന്നു കറുത്തുരുണ്ട പുരുഷന്മാരും, സ്ത്രീകളും അതുകേട്ട് ഇറങ്ങിവന്നു. പ്രതീക്ഷിച്ചിരുന്നതെങ്കിലും ഇനിയെന്ത്

ചെയ്യണം എന്ന ശങ്കയോടെ കുറച്ചുനേരംകൂടി അങ്ങനെനിന്നു. പിന്നേ ധൈര്യം സംഭരിച്ച് കൈയ്യിൽ കരുതിയിരുന്ന 'ബേഗം പൻവേൽസാഹിബ'യുടെ ഛായാചിത്രമെടുത്ത്, നിർവ്വികാരതയോടെ എല്ലാം കേട്ടുകൊണ്ട് ബെഞ്ചിലിരിക്കുന്ന മെലിഞ്ഞരൂപത്തിന്റെ കാൽക്കൽ കൊണ്ടുവച്ചു. ആരും നോക്കാൻ മടിക്കുന്ന വികൃതമായ മുഖത്ത് ദൃശ്യമായത് ബേഗം പൻവേൽ സാഹിബയുടെ ചിത്രത്തിലേതുപോലെയുള്ള ഗാംഭീര്യമായിരുന്നു.

'ഏയ്... എന്ന... യാര് നീ, എന്നാ അത്?'

വരാന്തയിൽനിന്ന് പുറത്തേക്കിറങ്ങിവന്ന കറുത്തുരുണ്ട രൂപങ്ങളെ ബെഞ്ചിലിരുന്ന് 'ബേഗം പൻവേൽ' കൈയുയർത്തിത്തടഞ്ഞു. ചിലനേരം വാക്കുകൾക്ക് കനംവയ്ക്കുമ്പോൾ മൗനം അതിന്റെ എല്ലാഭാവങ്ങളും പുറത്തെടുക്കും. ഒരുനോട്ടം ആ തവിട്ടുനിറമുള്ള കണ്ണുകളിലർപ്പിച്ചു തിരിഞ്ഞുനടന്നു. അവരുടെയെല്ലാം രൂക്ഷനോട്ടത്തെ അവഗണിച്ചുകൊണ്ട് ആ ഗേറ്റ് കടക്കുമ്പോൾ കുറച്ചുനാളുകൾക്ക് മുൻപ് മാഡം സിന്ധ്യമിശ്രയിൽ നിന്നറിഞ്ഞ വിവരങ്ങൾക്കൊപ്പം പാതിവെന്ത ശരീരത്തോടെ പൻവേലും ഉള്ളുപൊള്ളിച്ചുകൊണ്ടിരുന്നു.

'ഇബ്നു.. പൻവേൽലക്ഷ്മിയെക്കുറിച്ച് വിവരം കിട്ടി. അവരുടെ ജോലിയെക്കുറിച്ച് ഭർത്താവ് എങ്ങനെയോ അറിഞ്ഞു. കുടിച്ചുവന്നു ബഹളമുണ്ടാക്കി ദേഷ്യത്താൽ ദേഹത്ത് മണ്ണെണ്ണ ഒഴിച്ചു കത്തിച്ചു. കുറച്ചുനാൾ ഹോസ്പിറ്റലിലായിരുന്നു. പിന്നീട് നാടായ കോടമ്പാക്കത്തേക്കുപോയി'

നീണ്ടനാളത്തെ അന്വേഷണങ്ങൾ അവസാനിക്കുമ്പോളും അസ്തിത്വം നഷ്ടമായ ആ തവിട്ടുകണ്ണുകൾ എന്നെ വിട്ടകന്നിരുന്നില്ല. വീണ്ടുമൊരു വരവിനായി വഴി തെളിച്ചുകൊണ്ട് മനസ്സിന്റെ ക്യാൻവാസിൽ അന്നേരം മറ്റൊരു ചിത്രം ഉടലെടുത്തു കഴിഞ്ഞിരുന്നു. പൊള്ളിയടർന്ന മുഖവുമായി, ചുമരിൽതൂക്കിയിട്ടിരിക്കുന്ന ബേഗം പൻവേൽസാഹിബയുടെ ചിത്രത്തിലേക്ക് ഉറ്റുനോക്കിക്കൊണ്ട്, സൗന്ദര്യം കാഴ്ചക്കാരന്റെ കണ്ണിലാണ് എന്ന് സമൂഹത്തോട് വിളിച്ചുപറയുന്ന ലൈവ് മോഡൽ പൻവേൽ!

ഠഠ

മേയ്

"Before the moon I am, what a woman is, a woman of power, a woman's power, deeper than the roots of trees, deeper than the roots of islands, older than the Making, older than the moon."

-Ursula K. Le Guin,
Tehanu

5

കടൽ

അനിത ശ്രീജിത്ത്

'നീ നിനക്കുവേണ്ടിയാണോ അതോ അച്ഛനുമമ്മക്കും വേണ്ടിയാണോ വിവാഹംകഴിക്കുന്നത് അവിനാശ്?'

'ആന്റിയെന്താപ്പം ഇങ്ങനെ ചോദിക്കാൻ!?'

'ചോദിക്കുന്നത് നിങ്ങൾക്കു വേണ്ടിയാണ് അവിനാശ്, ഇത് പൂർണ്ണമായും നിങ്ങളുടെ ജീവിതമായിരിക്കുമോ അതോ പാതി നിങ്ങളുടേതിനു പകരം മറ്റു വ്യക്തികളുടേതു കൂടിയാണോ എന്നറിയേണ്ടത് എനിക്കത്യാവശ്യമാണ്. അത് നിന്റെ മാതാപിതാക്കൾ ആണെങ്കിൽ പോലും'

'ആന്റീ എന്റെ ഇഷ്ടമാണ് അവരുടെയും. പക്ഷേ ഞാനവരുടെ സന്തോഷത്തിനും വലിയ പ്രാധാന്യം കല്പിക്കുന്നുണ്ട്.'

'നല്ലത്. എനിക്കറിയേണ്ടുന്ന ഒരു കാര്യം വിവാഹം കഴിഞ്ഞ് എന്റെ മകൾ ജീവിക്കേണ്ടുന്നത് നീയെന്ന വ്യക്തിക്കൊപ്പം നിങ്ങളുടെ സന്തോഷങ്ങൾക്കൊപ്പം ആകണമെന്നാണ്. അതായത് നാളുകൾ കഴിയുമ്പോഴേക്കും നൂറു പേരുടെ താത്പര്യങ്ങൾക്കൊത്തവൾ ആടേണ്ടി വരരുത്. ഉത്സവത്തിനും പൊങ്കാലക്കും അതിനും ഇതിനും എല്ലാമെല്ലാം ഇത് ബാധകമാണ്. അവളെ അവളായി കാണുവാൻ കഴിയണം. അവൾക്കുള്ള വിഷമങ്ങൾ അവളുടെ ധർമ്മസങ്കടങ്ങൾ എന്നിവയിൽ നീയാണവളെ ചേർത്തു നിർത്തി അതകറ്റേണ്ടത്. അച്ഛന്റെയും അമ്മയുടേയും സന്തോഷങ്ങൾക്കായി ബലിയാടാക്കാനായി എന്റെ കുട്ടിയെ ഞാൻ വിട്ടുതരില്ല.'

അവിനാശ് അതിശയത്തോടെ വാസുകിയെ നോക്കി പിന്നെ തിരിഞ്ഞ് കനികയെയും. രണ്ടുപേരുടെയും മുഖം ഒരച്ചിലിട്ടു വാർത്തതുപോലെ ഒരേ ഭാവത്തോടെ എന്നാൽ അതേത് ഭാവമെന്നവ

നു തിരിച്ചറിയാൻ കഴിയാത്തവണ്ണം ലാഘവത്തോടെ ഇരുന്നു.

'എനിക്ക് സ്വയം തീരുമാനങ്ങളുണ്ട്. അച്ഛനുമമ്മക്കുമുണ്ട്. അവരെന്റെ ഇഷ്ടങ്ങളെ മാനിക്കുന്നു ഞാൻ തിരിച്ചും. പക്ഷേ, അവരൊരിക്കലും എനിക്ക് മോശം വരുന്നതൊന്നും ആവശ്യപ്പെടില്ല ആന്റി.'

ഒരു പൊട്ടിച്ചിരിയായിരുന്നു വാസുകിയുടെ മറുപടി.

പപ്പായി റസ്റ്റോറന്റിനപ്പുറമൊരു വാകമരം നിന്നതിൽനിന്നും ഒരു പൊൻമാൻ താഴെ കുളത്തിലേക്ക് ചാട്ടുളിപോലെ പോകുന്നത് കനിക നോക്കിയിരുന്നു. തിരികെ അതേ സ്ഥാനത്തുവന്നിരുന്ന അതിന്റെ ചുണ്ടിലൊരു തവള പാതി വായിലും പുറത്തുമായി അമർന്നിരുന്നു.

പരിപ്പുവടയുടെ ചെറുകഷണമൊന്ന് വായിലിട്ട് അതിന്റെ കരുകരുപ്പിൽ ലയിച്ചിട്ടെന്നവണ്ണം വാസുകി തലയാട്ടി. കണ്ണടച്ചൽപ്പനേരമിരുന്നു. കനികയും അവിനാശും പരസ്പരം നോക്കി പിന്നെ വാസുകിയെയും.

'അവിനാശിന് ബാലിയെ അറിയാമല്ലോ അല്ലേ?'

'ഉവ്വാന്റീ കനിയുടെ അച്ഛനല്ലേ, ഞങ്ങൾ മീറ്റ് ചെയ്തിരുന്നു, ഹി ഈസ് എ നൈസ് ഗൈ!'

'ഉം.. '

'അങ്കിളിനെന്തിഷ്ടമാണാന്റിയെ! എന്നോട് പറഞ്ഞ ഒരു വാക്കു മതി അതിന്റെയാഴം അറിയാൻ!'

'കനികയ്ക്ക് ഡിസ്ലെക്സിയ ആണെന്നറിയാമല്ലോ അവൾ പറഞ്ഞിരുന്നില്ലേ ആദ്യം തന്നെ.' അവൻ പറയുന്നതിനെ ശ്രദ്ധിക്കാത്തവണ്ണം തിരച്ച് ചോദ്യമായിരുന്നു.

'ഉവ്വ് അറിയാം, അതൊന്നുമൊരു പ്രശ്നമല്ല. ഭ്രാന്തൊന്നുമല്ലല്ലോ!'

വാസുകി തലയുയർത്തി അയാളെ സൂക്ഷിച്ചുനോക്കി. ഒരു നിമിഷത്തേക്ക് അവിനാശൊന്നു പതറി. പൂവാകയിലെ പൊൻമാൻ തവളയെ വിഴുങ്ങിയശേഷം ഇറങ്ങാത്തതുപോലെ തല ഉയർത്തുകയും താഴ്ത്തുകയും ചെയ്തുകൊണ്ടേയിരുന്നു.

'വിവാഹമോചനം ഒരു പാപമൊന്നുമല്ല കുട്ടീ, പിന്നെ സ്വയം സ്നേഹിക്കുന്നതുപോലെ, അച്ഛനുമമ്മയേം സ്നേഹിക്കുന്നതുപോലെ ഭാര്യയെയും സ്നേഹിക്കാനറിയണം. ഓരോരുത്തർക്കുമുള്ള സ്ഥാനം അപരനു വേണ്ടി മാറ്റിവയ്ക്കരുത് എന്നു മാത്രമൊരപേക്ഷ. എനിക്കു സംഭവിച്ചതെന്റെ മകൾക്ക് സംഭവിക്കരുതെന്ന മുൻവിധി എന്നും വേണമെങ്കിൽ കൂട്ടി വായിക്കാം.'

'ഉം.' സത്യത്തിൽ അവിനാശിനൊന്നും മനസ്സിലായില്ല.

'എന്റെ മകൾക്ക് ജെനിറ്റിക്കലി വന്ന തകരാറല്ല ഈ അവസ്ഥ. അവൾ എന്റെ ഉദരത്തിലിരുന്നനുഭവിച്ച എന്റെ വ്യഥയാണത്. ബാലിയോട് ഞാൻ എന്റെ വീടിന്റെ അവസ്ഥകൾ ഓരോന്നായി എണ്ണിപ്പറഞ്ഞിരുന്നു വിവാഹത്തിനു മുൻപ്. എന്നാൽ വിവാഹശേഷം അവരുടെ സന്തോഷത്തിനായി ഞാൻ പറഞ്ഞ ഓരോ കാര്യങ്ങളെയും സൗകര്യപൂർവ്വം എടുത്ത് കാറ്റിൽ പറത്തി. സ്വന്തം അച്ഛന്റെ സന്തോഷം, അമ്മയുടെ വിഷാദം, സ്വന്തം നാട്ടിലെ ഉത്സവം, കുടുംബത്തിലെ വിവാഹം എന്നിങ്ങനെ അയാളുടെ മാത്രം നിമിഷങ്ങൾ കൊണ്ട് എന്നെ കുത്തിനിറച്ചു. എന്റെ വീട്ടിൽ നിന്നും നാട്ടിൽ നിന്നും മനസ്സിൽ നിന്നും എല്ലാമെല്ലാം ഞാൻ പറിച്ചെറിയപ്പെട്ടു കൊണ്ടിരുന്നു. വിഷാദം ഒട്ടൊക്കെ ഞാൻ ഉള്ളിലൊതുക്കി. പക്ഷേ മകൾക്ക് ഈ അവസ്ഥ ബാധിച്ചവിധം മനസ്സിലാക്കിയ അന്ന് ഞാൻ എന്റെ ഒതുക്കിപ്പിടുത്തങ്ങളെ തകർത്തെറിഞ്ഞ് പുറത്തുകടന്നു. സന്തോഷങ്ങൾ നമുക്കും കൂടി അവകാശപ്പെട്ടതാണെന്ന് മോളോടു ഞാൻ പറയാതെ പറഞ്ഞു വളർത്തി. അതിനായി ചട്ടക്കൂടു കെട്ടിയതിൽനിന്നും ഞാനാ ചട്ടങ്ങളെ കാറ്റിൽ പറത്തി. തിരികെ എന്റെ സ്വത്വത്തിലേക്ക് ഇറങ്ങിപ്പോന്നു. അതൊരു തെറ്റായിരുന്നില്ല. തനിയെ ആയത് ഒരു ശരിയുമായിരുന്നില്ല. അമ്മയെന്നതും അച്ഛനെന്നതും കുഞ്ഞിന് തീർത്തും രണ്ടു തന്നെയാണ്. അവൾക്ക് നഷ്ടമായ ആ രണ്ടുപേരുടെ ഒരുമ എനിക്കൊരിക്കലും തിരിച്ചു കൊടുക്കാനായിട്ടില്ല. പക്ഷേ, വീർപ്പുമുട്ടാത്തൊരു അമ്മയെ മാത്രം അവൾക്ക് സ്വന്തമായി കിട്ടി.'

'ബാലിയങ്കിളിന് ആന്റിയെ ഇപ്പഴും ഇഷ്ടമാണല്ലേ?'

'എനിക്കും അവിനാശ്.. ബാലി എന്റെ ജീവിതം തന്നെയാണ്.'

'എനിക്കു മനസ്സിലാകുന്നില്ല!?'

'മനസ്സിലാക്കാനൊന്നുമില്ല, ഞാൻ വെറുത്തത് എനിക്കു വേണ്ടാത്ത ആകാശങ്ങളെ മാത്രമാണ്. സ്വാർത്ഥത മാത്രംപേറുന്ന മേഘങ്ങളെ, അതിൽ നിന്നുള്ള ഇടിമുഴക്കങ്ങളെ, അതു പെയ്യുന്ന പേമാരിയെ, അതുയർത്തിയ പ്രളയത്തിൽപ്പെട്ട് കുത്തിയൊലിച്ചു പോയ ഒരു സാധാരണക്കാരി പെൺകുട്ടിയുടെ വിഫല മോഹങ്ങളെ, സ്വകാര്യ സന്തോഷങ്ങളെ .. എനിക്ക് ബാലിയില്ലാത്ത ലോകമില്ല അവിനാശ്, അയാൾ മാത്രമണെന്റെ പുരുഷൻ, കനിയുടെ അച്ഛ.'

'അച്ഛനമ്മമാരെ വെറുതെ നോക്കിപ്പരിപാലിക്കലൊന്നുമല്ല മക്കളുടെ യഥാർത്ഥധർമ്മം. അവർക്ക് തണലാകലാണ്. തളരുമ്പോൾ

നിങ്ങൾ തണലാകണം. പക്ഷേ നിങ്ങളുടെ ജീവിതത്തിന്റെ സുഗ ന്ധം നിങ്ങളിൽത്തന്നെ നിലനിർത്തിക്കൊണ്ടാകണം അത്. അല്ലാ ത്തപക്ഷം പരാഗണം നടക്കാതെ കൊഴിഞ്ഞു പോകുന്ന പൂക്കൾ പോലെ ആയുസ്സറ്റുപോകും. ഭാര്യക്കുള്ളത് ഭാര്യക്കും മാതാപിതാ ക്കൾക്കുള്ളത് അവർക്കും പങ്കുവയ്ക്കുക, ചില ധർമ്മസങ്കടങ്ങളിൽ ഒരുവൾക്ക് തന്റെ വീട്ടുകാരുടെ ആധികൾ ഭർത്താവിനോടു മാത്ര മായി പങ്കുവയ്ക്കേണ്ടി വരും. അപ്പോൾ അവൾക്കു കൈത്താങ്ങാ കാതെ അതും അയാളുടെ മാതാപിതാക്കളോടു പങ്കുവച്ച് അവളെ എന്നേക്കുമായി ഒറ്റപ്പെടുത്തുകയും അവളുടെ വേദന അപഹാസ്യ മാക്കപ്പെടുകയും ചെയ്യുന്നിടത്ത് പരസ്പര സ്നേഹവും വിശ്വാസ വും എന്നേക്കുമായ് നഷ്ടപ്പെടുന്നുവെന്ന് തിരിച്ചറിയണം. നേരെ തിരിച്ചും.' വാസുകി കനികയെ നോക്കിക്കൊണ്ട് എഴുനേറ്റു. പിറ കേ അവിനാശും കനികയും, കൗണ്ടറിൽ ബില്ല്ലു പേ ചെയ്ത് അവർ പുറത്തേക്കിറങ്ങി. പുറത്ത് അന്തിവെയിലിന്റെ മഞ്ഞപ്പ്, പാഞ്ഞൊളിക്കാനായുന്ന വെളുത്ത വെയിൽമേഘങ്ങൾ ആകാശ ത്ത് ചിതറിക്കിടന്നു. വാസുകി ഡോർ തുറന്നകത്തു കയറി കനിക യെ നോക്കി 'ഉം..' എന്ന് തലയാട്ടി. ഡോറടച്ച് കാറോടിച്ച് പോയി.

'അമ്മയൊരു സ്ട്രേഞ്ച് ക്യാരക്ടർ ആണല്ലേ?'

അവിനാശ് കനിയെ നോക്കി.

'അല്ല, ഷി ഇസ് വെരി സ്ട്രെയിറ്റ്!'

അവിനാശ് പതർച്ചയോടെ അവളെ നോക്കി.

'അല്ല ഞാൻ അങ്ങനല്ല ഉദ്ദേശിച്ചത്..'

'എങ്ങനല്ല! അമ്മ പറയാനുള്ളത് ആരുടേം മുഖത്തു നോക്കി പറയും. ചിലരു പിണങ്ങും, പിണങ്ങിയാലും ചിലർ അമ്മയായിരു ന്നു ശരിയെന്നു സമ്മതിച്ച് തിരികെ വരും പിന്നെ അവരുതമ്മിൽ സ്ട്രോങ്ങ് ബന്ധങ്ങൾ കാണാം.'

'ഉം, എനിക്ക് അതിശയം തോന്നി. ഷീ ഇസ് ബോൾഡ്.'

'യപ്പ്, ബോൾഡ് ഇനഫ്! എന്നെപ്പോലൊരു ഒച്ചിനെ അമ്മ തല യിലേന്തി ഓടിയാണ് ഞാൻ എല്ലായിടത്തും ഒന്നാമതായി നിൽ ക്കുന്നത്. എന്തിന് എന്റെ കലയിൽ പോലും അമ്മത്തിളക്കങ്ങളാ ണ് കൂടുതലെന്ന് കൂട്ടുകാർ പറയും. എന്റെ വരയിലെ സ്ട്രോങ് ഹ്യൂസ് അമ്മയുടെ സ്വാധീനമാണെന്നും.'

കനി നനുക്കെച്ചിരിച്ചു. നുണക്കുഴികൂടി വന്നപ്പോൾ അവളുടെ മുഖത്തിന്റെ ഗൗരവഭാവം പാടെ മാഞ്ഞതിൽ കുട്ടിത്തം നിറയുന്ന ത് അവിനാശ് കണ്ടു. ചുണ്ടുകൾ കാണുമ്പോൾ എന്തിനോ അവ

ന്റെ കൈ തരിച്ചു. അവളെ ഒന്നു തൊട്ടാലോ എന്നയാൾ ആലോചിച്ചു.

തിരിഞ്ഞു നിന്ന് അവിനാശ് അവളുടെ കൈയിൽ മെല്ലെ ഒന്നു പിടിച്ചു. അവൾ ചെറുചിരിയോടെ അയാളുടെ തോളിലേക്ക് ചാഞ്ഞു നടന്നു. കൈ നീട്ടി അവിനാശിനെ ചുറ്റിപ്പിടിക്കാനും മറന്നില്ല. അതിൽ അല്പം പോലും വച്ചുകെട്ടില്ലായിരുന്നു. അവിനാശിന് നിറയെ സന്തോഷം തോന്നി. അവർ ഒരു തികഞ്ഞ ജോഡിയാണെന്ന് അതുവഴി പോകാവുന്ന ഏത് വഴിപോക്കനു പോലും തോന്നിപ്പോകുമായിരിക്കും.

'നിന്നെ വന്നുകാണും മുമ്പെ അമേയ അമ്മയോട് പറയുന്നകേട്ടു നീയും അമ്മയും ഒന്നിച്ചും അച്ഛൻ വേറെയുമാണ് താമസം എന്ന്, അമ്മ ഒന്നും പറയുന്നതുകേട്ടില്ല വെറുതെ മൂളി.'

'വാസുകി ഇയാടമ്മയോട് പറഞ്ഞിരുന്നു, കാണാൻ വരുമ്മുമ്പ്'

'ഉവ്വോ! വാസുകിയെന്നും അമ്മയെ വിളിക്കുമോ!?'

'ഓ, ഹ ഹ, സ്നേഹം മൂക്കുമ്പം എടീ പെണ്ണേ എന്നുവരെ ഞാൻ വിളിക്കും. അമ്മപ്പെണ്ണേന്ന്! കേൾക്കുന്നവർക്കെന്തു തോന്നിയാലും ഞങ്ങൾക്കതുത്സവം മാത്രമാണ്, സ്നേഹത്തിന്റെ കരുതലിന്റെ ഉത്സവം. ഓരോ അമ്മയിടങ്ങളിലും വാസുകി അത് തിരുകി വച്ചിട്ടുണ്ട് എനിക്കു മുറിയുമ്പോഴെല്ലാം വാരിപ്പൂശാൻ.'

അതിശയത്തോടെ അവിനാശ് അവളെ നോക്കി.

അച്ഛന്റെ ഓരോ പിറന്നാളിനും അമ്മ എന്തെങ്കിലും വാങ്ങും. ഒന്നും അച്ഛനു നൽകില്ല. അരുമയോടെ സ്വന്തം കൈയിൽ വയ്ക്കും, അതിനെ സ്നേഹത്തോടെ നോക്കും, സൂക്ഷിക്കും.. എപ്പഴും കൈയ്യിൽക്കരുതും.. വഴിവക്കിൽ അതിനേറ്റവും ആവശ്യം തോന്നുന്നൊരാളെ കാണുമ്പോൾ അമ്മയത് അവർക്കു നല്കും. ചിലപ്പോൾ വളരെ വിലക്കൂടിയ വാച്ചായിരിക്കും ചിലപ്പോൾ വഴിയരികിൽ നിന്ന് ഇഷ്ടത്തോടെ വാങ്ങിയ ഒരു മഫ്ളർ അല്ലെങ്കിൽ അച്ഛയ്ക്കേറ്റം പ്രിയപ്പെട്ടൊരു ഓപ്പറ മുഖംമൂടി. സങ്കടത്തോടെയല്ല ഇതെല്ലാം ചെയ്യുന്നത്. വാസുകിയുടെ ഓരോ പ്രവർത്തിയും ഞങ്ങൾ മൂവരും ഒരുമിച്ചുണ്ടായിരുന്നതു പോലെ തന്നെയാണ് അവിനാശ്. എനിക്ക് അച്ഛ കൂടെയില്ല എന്ന് തോന്നാറില്ല എന്നതാണ് സത്യം! കാണേണ്ട ആവശ്യമുണ്ടെന്നറിയിച്ചാൽ ആ മൊമന്റ് അച്ഛ എത്തും, അതും കൊണ്ട് കൂടിയാവാം. പക്ഷേ അമ്മ ഒന്നും ഏച്ചുകെട്ടി ചെയ്യാറില്ല. അനാവശ്യ സെന്റിമെൻസോ കരച്ചിലോ ഞാൻ കണ്ടിട്ടില്ല. അതുപോലെ തന്നെ അനാവശ്യ ഈഗോയുമി

ല്ല. അച്ഛയേയോ ആ കുടുംബത്തെയോ തരംതാഴ്ത്താറില്ല, ബഹുമാനമുള്ളിടത്തേ സ്നേഹമുള്ളൂ എന്നാണ് വാസുകിയുടെ വയ്പ്!'

കനിക ഊറിച്ചിരിച്ചു. റസ്റ്ററൻറ് പപ്പായിക്കുമപ്പുറം ദൂരെ കടലു കാണുന്നിടത്തേക്ക് അവർ തീരുമാനിക്കാതെ തന്നെ നടന്നുകൊണ്ടിരുന്നു. അമ്മയെപ്പറ്റി കനി വാചാലയായപ്പോഴൊക്കെ അവിനാശ് അച്ഛനെപ്പറ്റി കൂടുതലറിയാൻ ആഗ്രഹിച്ചു. അച്ഛനുണ്ടായിട്ടും അവൾക്കാ സാമീപ്യമില്ലാത്തപ്പോൾ ജനിക്കും മുൻപേ മരിച്ചു പോയ ഒരച്ഛനെക്കുറിച്ച് എങ്ങനെയായിരിക്കും അച്ഛന്റെ സാമീപ്യമെന്നറിയാൻ എന്നവണ്ണം ഉത്കടമായി അവൻ ആഗ്രഹിച്ചിരുന്നു. രണ്ടാനച്ഛൻ എന്ന് കേട്ടു വളർന്നതുകൊണ്ടാവും ഡാഡി അവനെ അരുമയായിട്ടു വളർത്തിയിട്ടും അന്യതാബോധം വിട്ടുമാറാത്തത്. അമേയ പക്ഷേ അവന്റെ ചങ്കാണ് അവളില്ലാതെ അവന് ആലോചിക്കാൻ വയ്യ.. രണ്ടാനച്ഛനാണതെന്ന് അവൻ ഇനിയും കനികയോടു പറഞ്ഞിട്ടുമില്ല. പറയണം പറയണം എന്നായും, പറയാൻ വയ്യാത്തതെന്തോ ഒന്ന് തൊണ്ടയിൽ തടയിടും.

'വേർപിരിയലുകൾക്കെല്ലാം ഒരേ ഗന്ധമാണെന്ന് അമ്മ പറയും. ഒരേ നിറവും പക്ഷേ അതിലെ സന്തോഷങ്ങൾ മാത്രം അളന്നെടുക്കാമെന്നും! എനിക്കിനിയും അപ്പറഞ്ഞതു മാത്രം കത്തീട്ടില്ല. സന്തോഷങ്ങൾ.. സന്തോഷത്തോടെ പിരിയുന്നവരുമുണ്ടാകും അല്ലേ അവിനാശ്!?'

നിലത്ത് മണലിലേക്ക് ബാഗിട്ടശേഷം അവൾ കടൽത്തീരത്തിരുന്നു കഴിഞ്ഞു. അവൾക്കരുകിൽ അവൻ കടലിലേക്ക് തന്നെ നോക്കിനിന്നു. എന്തിനോ അസ്വസ്ഥപ്പെടുന്ന മനസ്സ്.. സന്തോഷമെല്ലാം പോയതുപോലെ..

'കനി നമുക്ക് ഒരു സിനിമ കാണാം ന്താ?'

'ഓ യെസ് അത് കൊള്ളാം ,അതിനു മുൻപ് .. '

'ഉം ..?'

'നമുക്ക് വിവാഹം കഴിക്കേണ്ടേ അവിനാശ്' അവളെഴുന്നേറ്റു.

'what? നീയെന്തു ഭ്രാന്തായിപ്പറയുന്നത് കനിക!??'

'ഓ ഒന്നുമില്ല അവിൻ, എനിക്കിപ്പോൾ തോന്നുകയാണ്. അറിഞ്ഞിടത്തോളം നമ്മളെല്ലാം ചില കള്ളങ്ങളാൽ ബന്ധിക്കപ്പെട്ടു കിടക്കുന്നവരല്ലേ, അപ്പോൾ ഇതൊന്നും ഒരു വിഷയമല്ല!'

'എന്താണുദ്ദേശിക്കുന്നത്?'

'പ്രത്യേകിച്ചൊന്നുമില്ല, അവിന്റെ രണ്ടാനച്ഛനെപ്പോലെ, എന്റെ അമ്മയുടെ സൈക്കിക് പ്രോബ്ലം പോലെ, അവനവന്റെ മനസ്സുമാ

യി മാത്രം താദാത്മ്യം പ്രാപിച്ച ചിലത്. നമുക്കത് മറ്റൊരാളോട് പറയാൻ മനസ്സുണ്ടാകില്ല.'

'അല്ല കനി പ്ലീസ് ഞാൻ ഡാഡീടെ കാര്യം പറയാനാണ് ഇവിടെ വന്നതു തന്നെ, പിന്നെ ആന്റി ട്രീറ്റ്മെൻറിലുള്ളതും ഞങ്ങൾക്കറിയാം. അത് ആന്റി ആദ്യം തന്നെ പറഞ്ഞിരുന്നു. നിനക്കറിയില്ലെന്നും പറഞ്ഞു.'

'ഹ ഹ ! എത്ര നൈസായിട്ടാണ് നമ്മളെല്ലാം കള്ളങ്ങൾ മറയ്ക്കുന്നതല്ലേ!, നോക്ക് അവിൻ എന്റെ മനസ്സ് ഇതിനോടൊന്നും ചേരുന്നില്ല, നിനക്കെന്നെ ഉപേക്ഷിക്കേണ്ടി വരും താമസിയാതെ.'

പൊടുന്നനെ അവിനാശ് അവളെ ചേർത്തണച്ച് ചുണ്ടിൽ ഗാഢമായി ഉമ്മവച്ചു. അസ്തമയസൂര്യന്റെ വെളിച്ചം അവന്റെ നിഴൽ ചിത്രങ്ങളാക്കി മാറ്റിയിരുന്നു. കനി അവനെ തടഞ്ഞതേയില്ല.

'കഴിഞ്ഞോ? അതൊരു കവർന്നെടുക്കലായിരുന്നു.'

അവളുടെ പറച്ചിലിൽ അവനൊന്ന് ചമ്മി.

'അങ്ങനല്ല, എനിക്കു നിന്നെ പിരിയാനാവില്ല. നീ മണ്ടത്തരം പറയാതിരിക്കുക കനി.'

'നോ അവിൻ, എനിക്ക് നിന്നെ പിരിയാനാകുമായിട്ടല്ല പക്ഷേ ഞാൻ മറ്റൊരു വാസുകിയാണ് എപ്പോൾ വേണമെങ്കിലും പൊട്ടിപ്പോകാവുന്ന ഒരു തന്ത്രി. നീയത് വായിക്കാൻ ശ്രമിക്കേണ്ട.'

'പൊട്ടട്ടെ പൊട്ടിപ്പെണ്ണേ ഞാനതിന്റെ ലഹരിയിൽ മരിച്ചോളാം.'

'നിനക്ക് പ്രണയത്തിന്റെ ഉൻമാദമാണ്.'

'ഉം.. അതെ അഡിക്റ്റാണ്.'

'അതിനപ്പുറം ലൈഫുണ്ട്!'

'അതെ അതിൽ നമ്മളുണ്ട് ഇതുപോലെ തന്നെ.'

അവൻ മടികൂടാതെ സ്വാതന്ത്ര്യത്തോടെ അവളെ വലിച്ചടുപ്പിച്ച് ആലിംഗനം ചെയ്തു.

കടൽക്കാക്കകൾ കാറിക്കരഞ്ഞുകൊണ്ട് അവരെക്കടന്നു കൂടണയാൻ പറന്നു പോയി. തിര ശക്തിയിൽ അടിക്കാൻ തുടങ്ങിയിരുന്നു, സന്ധ്യയുടെ തണുത്ത കാറ്റ് കടലിരമ്പത്തോടൊപ്പമവരെ തൊട്ട് കടന്നുപോയി.

○○

ജൂൺ

*"You're not too fat.
You're not too loud.
You're not too smart.
You're not unlady like.
There is nothing wrong with you."*

-Jessica Valenti,
Full Frontal Feminism

6

പ്യൂപ്പ

കവിത സഫൽ

മനുഷ്യൻ എത്ര നിസ്സഹായൻ ആണെന്ന് പീറ്ററെ പ്രതീക്ഷിച്ചു ഇറയത്തിരിക്കുന്ന ഓരോ നിമിഷങ്ങളിലും ജോവിറ്റയ്ക്ക് തോന്നി. ഇടയ്ക്കിടെ ഇരുന്നും എഴുന്നേറ്റു നടന്നും മനസ്സിലെ തീ അണയ്ക്കാൻ അവൾ പാടുപെട്ടു. പീറ്റർ വൈകുന്തോറും എന്തോ അനർത്ഥം സംഭവിക്കാനുണ്ട് എന്ന രീതിയിൽ അവളുടെ കവിൾത്തടം ചുവക്കുകയും പുരികക്കൊടികൾ വളയുകയും ചെയ്തു. ചീവീടുകളുടെ കാതടപ്പിക്കുന്ന ശബ്ദമൊന്നും അവൾക്കപ്പോൾ അലോസരമായി തോന്നിയില്ല. ജോവിറ്റയുടെ ചിന്തകളാവട്ടെ അടുക്കുതെറ്റിയ പേപ്പർ കൂട്ടംപോലെ ചിതറിത്തെറിക്കുകയാണ്. ജനിയോടൊപ്പമുള്ള ഓർമ്മക്കാഴ്ച്ചകൾ അവളുടെ ചിന്തകളിലേയ്ക്ക് വന്നും പോയുമിരുന്നു.

കാറ്റുകൊണ്ട് കാലിലെ ദീനം അധികമാക്കേണ്ടെന്ന് മേരിയമ്മ ഇടയ്ക്കിടേ അകത്തു നിന്നു വിളിച്ചു പറയുന്നുണ്ടായിരുന്നു. അതൊക്കെ അവഗണിച്ചു ഇടവഴിയിലെ ടോർച്ച് വെട്ടത്തെ പ്രതീക്ഷിച്ചവൾ ഇരിപ്പു തുടർന്നു.

മിന്നാമിനുങ്ങിനെപ്പോലെ ടോർച്ച് വെട്ടം ദൂരത്ത് നിന്ന് കാണാൻ കഴിഞ്ഞപ്പോൾ തന്നെ ജോവിറ്റ മെല്ലെ എഴുന്നേറ്റു. നടുവിൽ നിന്ന് കാലിലേക്കിറങ്ങുന്ന വേദന കൂടിയപ്പോൾ അയ്യോ എന്റെ കാല് എന്ന് പറഞ്ഞ് അവൾ കാല് തിണ്ണയിലേക്ക് നീട്ടി ഇരുന്നു. മുറ്റത്ത് ചെടികൾക്കിടയിൽ നീണ്ടു നിവർന്ന് കിടന്നിരുന്ന ടൈഗർ പീറ്ററിന്റെ വരവ് മണത്തറിഞ്ഞു ഒന്നു കുടഞ്ഞിരുന്നു.

പഴകിയ ഇരമ്പുതകിടുകൾ കൂട്ടിയിടിച്ചാലുള്ള കര കര ശബ്ദത്തോടെ ഔസേപ്പ് മുതലാളിയുടെ പറമ്പിടം നികത്താനുള്ള

മണ്ണു ലോറി നിരന്നു നീങ്ങുന്നത് നോക്കി ജോവിറ്റയെ കണ്ടില്ലെന്ന് നടിച്ച് പീറ്റർ തോളിൽ ഇറുക്കി പിടിച്ച ഫയലുമായി ഇറയത്തേക്ക് കയറി.

കൊച്ചിന്റെ വിവരം വല്ലോം കിട്ടിയോ അച്ചായാ..

തണുപ്പു കൊണ്ട് കാലിലെ ദീനം അധികമാക്കേണ്ടന്ന മുന്നറിയിപ്പുമായി പീറ്റർ അകത്തേക്ക് നടന്നതല്ലാതെ ജനിയെക്കുറിച്ചൊന്നും പറഞ്ഞില്ല. ജോവിറ്റ എഴുന്നേറ്റ് ശരീരഭാരം വലത്തേ കാലിലൂന്നി പീറ്ററിന് പിന്നാലെ വേച്ചു വേച്ചുനടന്നു. ഈയിടെയായി തനിക്ക് വഴങ്ങാത്ത ശരീരത്തെയോർത്തുള്ള ആധി അവളെ വിഷാദച്ചുഴിയിൽ കൊണ്ടുചെന്നെത്തിച്ചിരുന്നു.

ശരീരത്തെ കടന്നാക്രമിക്കുന്ന രോഗബീജത്തെ കീറിമുറിച്ചു പുറത്തേക്കെറിയുന്നതായി അവൾ സദാ സ്വപ്നം കണ്ടിരുന്നു.

മറ്റുള്ളവർ അവളെ രോഗിയായി കാണുന്നതിൽ അവൾ അതീവ ദുഖിതയായിരുന്നു. അതിനിടേലാണ് ഇടിത്തീപോലെ ജനിയെ കാണാനില്ലെന്ന വാർത്ത തങ്കപ്പൻ ചേട്ടൻ വിളിച്ചു പറയുന്നത്.

വേണ്ടതൊക്കെ ചെയ്തിട്ടുണ്ട്.

കൂട്ടുകാരികളെ വിളിച്ചു, പോവാനിടയുള്ളിടങ്ങളിൽ അന്വേഷിച്ചു. പോലീസിലൊരു പരാതിയും നൽകി. കാലിൽത്തറച്ച കുഞ്ഞുമുള്ളെടുക്കുന്ന ലാഘവത്തിൽ അയാളതു പറഞ്ഞു തനിക്കായി മാറ്റി വെച്ച ഭക്ഷണം കഴിക്കാനിരുന്നു.

ഇനി പീറ്റർ നേരെ കമ്പ്യൂട്ടർ റൂമിലേക്ക് പോവും. പതിവായതു കൊണ്ടു ജോവിറ്റയ്ക്കതൊന്നും വിഷയമായതുമില്ല.

അവഗണനന അസ്തിത്വത്തെ ചോദ്യം ചെയ്യുമ്പോൾ ചിലപ്പോഴൊക്കെ അവൾ അപ്പനെ ഓർക്കും. അപ്പന് അമ്മച്ചിയോട് പറഞ്ഞാൽ തീരാത്ത കഥകളുണ്ടായിരുന്നു. സ്കൂളിലെ കുട്ടികളുടെ വിശേഷം മുതൽ വഴിയിൽ കണ്ട കാര്യങ്ങൾ വരെ അവയിലുൾപ്പെടും.

പീറ്ററിന് അവളോടു സംസാരിക്കാൻ ആവർത്തിച്ചുള്ള കുറച്ചു വാക്കുകൾ മാത്രം.

പുറത്തു മഴയോടൊപ്പം ഇടിവെട്ടാൻ തുടങ്ങീട്ടുണ്ട്. ഇടിയെ കുഞ്ഞുനാളുമുതൽ അവൾക്ക് പേടിയാണ്. ഇപ്പോഴൊക്കെ ശീലമായിരിക്കുന്നു. ചിലപ്പോഴൊക്കെ അവൾ കർമ്മബന്ധങ്ങളെക്കുറിച്ചു ചിന്തിക്കും. അപ്പൻ പറഞ്ഞു പഠിപ്പിച്ചതൊക്കെ തെറ്റാണെന്ന് തോന്നും. അറിഞ്ഞു കൊണ്ടു ഒരു ഉറുമ്പിനെപ്പോലും നോവിച്ചിട്ടില്ലല്ലോ എന്നു വെറുതേ ചിന്തിച്ചു നോക്കും. ആദ്യത്തെ ഒന്നു രണ്ടു

വർഷങ്ങൾ പ്രതിരോധത്തിന്റേതായിരുന്നു. പിന്നെ സങ്കടമായി. പിന്നെ പിന്നെ മരവിപ്പ്. മുരടിച്ചു തുടങ്ങിയപ്പോൾ ഒരു തരം സുഷുപ്തിയിലേക്ക് നീങ്ങി.

ജനിയുടെ തിരോധാനം കുറേനാളുകൾക്ക് ശേഷം അവളുടെ മനസ്സിൽ അകാരണമായ ഭയം നിറച്ചു.

രണ്ടാഴ്ച്ച മുന്നേ അമ്മച്ചിയോടൊപ്പം ഇവിടെ വന്നു കയറുമ്പോൾ ജനി ക്ഷീണിതയായിരുന്നു എന്ന കാര്യം ജോവിറ്റ ഓർത്തു. വാതോരാതെ സംസാരിച്ചിരുന്ന പെൺകൊച്ചിന്റെ മൗനം ജോവിറ്റയെ അലോസരപ്പെടുത്തിയപ്പോൾ അവളത് അമ്മച്ചിയോട് ചോദിക്കേം ചെയ്തിരുന്നു. അവളുടെ സ്വർണ്ണവർണ്ണത്തിന് പഴയ തിളക്കമൊന്നുമുണ്ടായിരുന്നില്ല.

ബെന്നിച്ചന്റെ കൊച്ച് കണ്ടക്ടറു ചെറുക്കന്റെ കൂടെ പോയപോലെ ഇനി വല്ല ഏടാകൂടോം...

മേരിയമ്മ രൂപക്കൂട്ടിൽ നോക്കി കുരിശു വരക്കുന്നതിനിടേൽ പറഞ്ഞത് ജോവിറ്റയെ നോവിച്ചു.

അങ്ങനെയുള്ള ബുദ്ധിമോശോന്നും അവള് കാണിക്കത്തില്ല അമ്മച്ചീ.. അപ്പൻ അങ്ങനാ ഞങ്ങളെ വളർത്തിയേക്കുന്നേ.

മറുപടി പറഞ്ഞെങ്കിലും ഉള്ളിൽ തികട്ടി വന്ന ക്രോധം ആശങ്കയിലേക്ക് വഴിമാറുന്നതായി ജോവിറ്റയ്ക്ക് തോന്നി.

ഇനി അവൾ വല്ല ബുദ്ധിമോശവും... .

കാറ്റത്തു ഇളകിയാടുന്ന മരച്ചില്ലകളുടെ ശബ്ദം മഴയുടെ പ്രതീതി പോലെ തോന്നിച്ചു. ടൈഗർ നിറുത്താതെ കുരയ്ക്കുന്നുണ്ട്. പീറ്റർ അവനെ കൂട്ടിലാക്കി വാതിലടക്കുന്ന ശബ്ദവും അവൾക്ക് കേൾക്കാനായി. കാലിൽ നിന്ന് മനസ്സിലേക്ക് കയറിയ വേദനയുമായി ഇടയ്ക്കെപ്പോഴോ അവൾ ഉറക്കത്തിലേക്ക് വഴുതി വീണു.

നീണ്ട ശവപ്പെട്ടിക്കുള്ളിൽ മെലിഞ്ഞു കൊല്ലുന്നനെയുള്ള ജനിയുടെ വിളറിയ ശരീരം. ദുഃസ്വപ്നത്തിനിടയിൽ അവൾ ഞെട്ടിയുണർന്നു. കാലിലേക്കരിച്ചിറങ്ങുന്ന വേദനയ്ക്ക് ശമനമുണ്ടാക്കാൻ കുഴമ്പു കുപ്പിയ്ക്ക് വേണ്ടി കൈ നീട്ടി. പുറത്ത് ആന്തപ്പൻ ചേട്ടന്റെ കള്ള്മോന്തിയാൽ മാത്രം പുറത്തേക്ക് വരാറുള്ള ശോകഗാനീ കേൾക്കുന്നുണ്ട്. ജോവിറ്റയുടെ മനസ്സിൽ ജെനിയെക്കുറിച്ചുള്ള ഓർമ്മകൾ വന്നു നിറഞ്ഞു.

കഴിഞ്ഞയാഴ്ച്ച അമ്മച്ചി ഫോണിലൂടെ പറഞ്ഞ കാര്യം അവളെ ഒന്നു ചിന്തിപ്പിച്ചു. അച്ചൻ കുടമാളൂരുള്ള അമേരിക്കൻ പയ്യന്റെ ആലോചന കൊണ്ടു വന്നപ്പോഴായിരുന്നു അത്. ഇവൾക്ക് കല്യാ

ണം കഴിക്കാനോ തിരുവസ്ത്രത്തിലേക്ക് പോകാനോ താത്പര്യമില്ല. അമ്മച്ചിയുടെ നിസ്സഹായത കണ്ടപ്പോൾ ജനിയോട് സംസാരിച്ചിരുന്നു.

പി.ജി കഴിഞ്ഞ് എം.ബി എ ചെയ്ത് ഹ്യൂമൺ റിസോഴ്സർ ആയി ജോലിയിൽ കയറണമെന്ന ജോവിറ്റയുടെ ആഗ്രഹം കല്യാണത്തോടെ അസ്തമിച്ച കാര്യം ജനി സൂചിപ്പിച്ചു.

പെൺകുട്ടികൾ കല്യാണത്തിന് മുൻപ് ജോലി തരപ്പെടുത്തണമെന്ന വാദഗതികൾ പറഞ്ഞവൾ ജോവിറ്റയുടെ വായടപ്പിച്ചു

ഇച്ചേച്ചീ..എനിക്ക് പഠിക്കണം...

ജോലി വാങ്ങണം.

പിന്നേം കാര്യം ണ്ട്. അതു പറഞ്ഞാൽ നിങ്ങൾക്കൊന്നും ഉൾക്കൊള്ളാനാവുകേല. അവളുപറഞ്ഞേൽ കാര്യമുണ്ടെന്ന് തോന്നിയതുകൊണ്ടു ഒന്നും പറയാതെ ഫോൺ കട്ട് ചെയ്തിരുന്നു.

എന്തായിരിക്കും ആ ആർക്കും മനസ്സിലാവാത്ത കാര്യം?

കൊച്ചിന് അപകടമൊന്നും വരുത്തരുതേ കർത്താവേ! അവൾ കുരിശു വരച്ച് കിടന്നു,

നെഞ്ചില് ചുറ്റിത്തിരിയുന്ന വേദനയും ഉദ്വേഗവും... നേരം വെളുത്തു വരുന്നേയുള്ളൂ. എഴുന്നേറ്റപ്പോൾ കാലിലെ വേദന തീർത്തും ഇല്ലാതായതു പോലെ അവൾക്കു തോന്നി. പുറത്ത് മഴവെള്ളം കുത്തിയൊലിച്ച് മുറ്റത്ത് തളം കെട്ടീട്ടുണ്ട്. ടൈഗർ നിറുത്താതെ കുരയ്ക്കുന്നുണ്ട്. എപ്പോൾ വേണമെങ്കിലും അക്രമിച്ചേക്കാം എന്ന മട്ടിൽ കാറ്റിന്റെ മുരൾച്ച. ജോവിറ്റ നേരെ ടൈഗറിന്റെ കൂടിനടുത്തേയ്ക്ക് നടന്നു. അവനെ കൂട്ടിൽ നിന്നിറക്കി ഇറയത്തെ ജനാലക്കമ്പിയിൽ ചേർത്തു കെട്ടി. കാറ്റ് മഴവെള്ളത്തെ ഇറയത്തേക്കടുപ്പിക്കുന്നത് നോക്കി നിന്നോണ്ടിരിക്കുമ്പോഴാണ് പഞ്ചായത്ത് പ്രസിഡന്റിനെ കണ്ടത്. അത്യാവശ്യമില്ലാതെ അയാൾ വരില്ല എന്നറിയാവുന്നതുകൊണ്ട് അവൾ അവിടെത്തന്നെ നിന്നു..

അടിവാരത്ത് ഉരുൾപൊട്ടീട്ടുണ്ട്.

മണ്ണിടിഞ്ഞ് റോഡും പോയി. അക്കരേം ഇക്കരേം വേർപെട്ടു. പീറ്ററിനോട് കാഞ്ഞിരമറ്റം വഴി പോയാൽ മതീന്ന് പറയണം. ഇരുപത് കിലോമീറ്റർ.. അത്രേം അധികയാത്ര ചെയ്യണം! ജോവിറ്റ പ്രസിഡന്റിനെ നോക്കി തലയാട്ടി. എന്നാ ചെയ്യാനാ, എല്ലാ വർഷവും ഇതുതന്നെ അവസ്ഥ. അദ്ദേഹം തിരിച്ചു നടക്കുന്നതിനിടേൽ പറഞ്ഞെങ്കിലും മനസ്സ് ജനിയിലേക്കായതിനാൽ അവൾക്കൊന്നും പറയാനായില്ല.

ജനിയിപ്പോൾ എവിടെയായിരിക്കും? അവളുടെ ജീവനു വല്ല ആപത്തും..

അന്വേഷിച്ചു പോവാൻ പോലും പറ്റാത്ത അവസ്ഥയാണല്ലോ.

അമ്മച്ചിയെ കോളിൽ കിട്ടാനുമില്ല.

അകത്ത് പീറ്റർ ആരോടോ സംസാരിക്കുന്നുണ്ട്. ഇനി ജനിയെക്കുറിച്ചു വല്ല വിവരോം.

പീറ്റർ പ്രത്യേകിച്ചൊന്നും പറയാത്തോണ്ട് ജോവിറ്റ അടുക്കളയിലേക്ക് ചെന്നു.

മേരിയമ്മയ്ക്ക് ജോവിറ്റയോട് സഹതാപം തോന്നി.

അഞ്ചെട്ടു വർഷം മുന്നേ ഇവിടേക്ക് കയറി വരുമ്പോൾ മാലാഖ പോലിരുന്ന കൊച്ചാണ്. കൂട്ടിന് ഒരു കുഞ്ഞിനെപ്പോലും കൊടുത്തില്ലല്ലോ കർത്താവ്. പീറ്ററവളെ കാര്യായി ഗൗനിക്കുന്നില്ലെന്ന് മേരിയമ്മയ്ക്ക് നല്ലോണം അറിയാം. അപൂർവ്വമായി കയറി വരുന്ന അമ്മായിയമ്മ ദീനം ഒഴിച്ചാൽ അവർക്കവളോടു സ്നേഹം ഒക്കെ തന്നെ. പീറ്ററിന്റപ്പച്ഛനും ഏതാണ്ടിതുപോലൊക്കെ തന്നെയായിരുന്നു.

പ്രസിഡന്റ് പറഞ്ഞ കാര്യം കേട്ടു ജോവിറ്റയെപ്പോലെ മേരിയമ്മയ്ക്കും പ്രത്യേകിച്ചൊന്നും തോന്നിയില്ല.. ആളപായം ഇല്ലാണ്ടായാൽ മതിയായിരുന്നു. മേരിയമ്മ ചോറു ഇറക്കി കമിഴ്ത്തുന്നതിനിടേൽ പറഞ്ഞു. വീട്ടിലേക്കിനി എങ്ങനെ പോവും എന്നത് മാത്രമായിരുന്നു ജോവിറ്റയെ അപ്പോൾ ആശങ്കപ്പെടുത്തിയത്.

പുറത്തെ ആഞ്ഞിലിമരത്തിന്റെ ദ്രവിച്ച കൊമ്പടർന്നു വീണു. ഭാഗ്യത്തിന് പുരയിടത്തിന് മീതെ വീണില്ല. പണ്ട് പീറ്ററിന്റെ മുതുമുത്തച്ഛനും രണ്ട് സഹോദരിമാരും മണ്ണിനടീൽപ്പെട്ട് മരിച്ചിട്ടുണ്ട്.

അന്നാരോ പതിച്ചു നൽകിയ ഈ ഭൂമിയിൽ അപ്പച്ചനും അമ്മച്ചീം ഉറുമ്പ് അരിമണി കൂട്ടിവെയ്ക്കും പോലെ ഇത്രടംവരെയാക്കി. ഇനി മഴവെള്ളം കൊണ്ടോണെങ്കിൽ കൊണ്ടോട്ടെ. മേരിയമ്മ നെടുവീർപ്പിട്ടു.

കൊച്ചേ നീയാ പച്ചക്കറി അരിഞ്ഞേച്ചാൽ മാത്രം മതി. ഇടയ്ക്കിടെയുള്ള പിറുപിറുക്കലുകൾ ഒഴിച്ചാൽ മേരിയമ്മയ്ക്ക് തന്നോടുള്ള സ്നേഹവും കരുതലും അവൾക്കറിയാമായിരുന്നു.

പുറത്തു പായലുകൾ അടിഞ്ഞുള്ള ദുർഗന്ധം മുറിക്കുള്ളിലേക്ക് പടരാൻ തുടങ്ങി. അവൾ വാതിലും ജനാലയുമൊക്കെ അടച്ചിട്ടു... മുറ്റത്തെ വെള്ളക്കെട്ടിന് ശമനം ഉണ്ടായിട്ടുണ്ട്

ജനി നിന്റെ വീട്ടിലോട്ടു വിളിച്ചത്രേ!. അവൾ കണ്ണൂരുള്ള

ഏതോ ഹോസ്റ്റലിൽ ഉണ്ടെന്ന്! ഇപ്പോ എന്തായി കാര്യങ്ങൾ?

പീറ്റർ കുളിമുറിയിലേയ്ക്ക് നടക്കുന്നതിനിടയിലാണത് പറഞ്ഞത്. ഒരു ചെറുപുഞ്ചിരി അവളുടെ മുഖത്തു നിഴലിച്ചെങ്കിലും തൊട്ടടുത്ത നിമിഷം തന്നെയത് മാഞ്ഞു. ഇത്രേം നേരായിട്ടും തന്നോടീക്കാര്യം പറയാത്തതിൽ അവൾക്കയാളോട് വെറുപ്പു തോന്നി. പീറ്ററിന്റെ അവഗണനന ഇത്തവണ അവളെ തീർത്തും നിരാശയിലാക്കി.

അമ്മച്ചിയിപ്പോൾ എന്തെടുക്കുകയാവും? ചിലപ്പോൾ ഷെഡ്ഡിൽ റബ്ബർഷീറ്റ് ഉണക്കാൻ വിരിച്ചിടുകയാവും.

മഴയ്ക്ക് ശമനമുണ്ടായപ്പോൾ തന്നെ ജോവിറ്റയ്ക്ക് വീട്ടിലോട്ട് പോവണം എന്ന ആശ കലശലായി. മണ്ണിനടിയിലായ റോഡ് നന്നാക്കിത്തുടങ്ങീട്ടുണ്ടെന്ന് കുരുമുളക് നുള്ളാൻ വന്ന ആന്തപ്പൻ പറഞ്ഞപ്പോൾ അവൾക്ക് ഇന്ന് തന്നെ പോണം എന്നായി. ഇന്നലെ മുതലുള്ള ജോവിറ്റയുടെ പരവശം കണ്ട മേരിയമ്മയ്ക്ക് എതിർത്തൊന്നും പറയാൻ തോന്നിയില്ല

വൈകുന്നേരത്തോടെ പീറ്റർ വർഗ്ഗീസിന്റെ കാർ ഏർപ്പാടാക്കി.

കാറോടിക്കുന്നതിനിടേൽ വർഗ്ഗീസ് പറയുന്ന കാര്യകളൊന്നും തന്നെ അവളുടെ മനസ്സിലേക്ക് കടന്നില്ല. അവളുടെ മനസ്സിൽ ജനിയെക്കുറിച്ചറിയാനുള്ള ആകാംക്ഷ മാത്രമായിരുന്നു. പുറം കാഴ്ച്ചകളിലൊക്കെ മഴയുടെ ശേഷിപ്പ് കാണാനുണ്ട്. ചിലയിടങ്ങളിൽ ദുരിതക്കയമായിത്തന്നെ.

കാർ വീടിന്റെ ഗേറ്റ് കടന്നപ്പോൾ തന്നെ അമ്മച്ചി ഓടി വന്നു. ഉലഞ്ഞ സാരിത്തലപ്പും വിളറിയ മുഖവും അമ്മച്ചിയുടെ മനസ്സിനെ കീഴടക്കിയ ആധി അവൾക്കുൾക്കൊള്ളാൻ കഴിഞ്ഞു

പച്ചക്കറി കൃഷിയൊക്കെ മഴ കൊണ്ടുപോയിട്ടുണ്ട്. ഒരു മഴവെള്ളപ്പാച്ചിൽ കിഴക്കേ തോട്ടിലൂടെ ഇടവഴിയിലെ ചരൽ വെള്ളത്തിൽ കുഞ്ഞു മീൻ കുഞ്ഞുങ്ങളേം തവളക്കുട്ടിക്കളേയും നിറക്കുന്നത് അവൾ കണ്ടു. മുട്ടോളമുള്ള ഉടുപ്പിൽ ജോവിറ്റയും ജനിയും പരൽ മീനിനായ് വിരിച്ചിട്ടതോർത്തും ചാറ്റൽ മഴയും.. ചില്ലു കുപ്പിയിലായ പരൽ മീനുകളെ പോലെയായി ഇപ്പോഴുള്ള ജീവിതം.

ജോ കുഞ്ഞേ

തങ്കപ്പൻ ചേട്ടൻ കൈയ്യിലെ തോർത്തുമുണ്ടിൽ കണ്ണു തുടച്ചു ജോവിറ്റയുടെ ലഗ്ഗേജ് നടുത്തളത്തിലെ മര അലമാരയിൽ കൊണ്ടു ചെന്നു വെച്ചു

ചേട്ടായീ, എല്ലാരും ശോകഭാവത്തിൽ ഇരിക്കാതെ. അവളിങ്ങു

വരും നമുക്ക് കൊണ്ടു വരാം..

ഏറെനാളു കൂടി വീടു കണ്ടപ്പോൾ ജോവിറ്റയ്ക്ക് പഴയ കാലത്തിലെത്തിയതുപോലെ തോന്നി. മക്കൾ കാരണം ദുഃഖമനുഭവിക്കേണ്ടി വരുന്ന മാതാപിതാക്കളുടെ അനുഭവം പോലുള്ള ദുരിതം മറ്റൊന്നുമില്ല എന്ന് പണ്ടപ്പച്ചൻ പറയാറുണ്ട്. സ്കൂൾ അദ്ധ്യാപകനായിട്ടും അപ്പച്ചൻ മണ്ണു കിളച്ചു ചേമ്പും കിഴങ്ങും നട്ടു. വാഴവെച്ചു. അമ്മച്ചിയാവട്ടെ അപ്പനോടൊപ്പം ചേർന്ന് താറാവിനേം കോഴിയേയും വളർത്തി. പച്ചക്കറി കൃഷി നടത്തി. അപ്പച്ചൻ പറയുന്നതിന് മറുത്തൊരക്ഷരം അമ്മച്ചി സംസാരിച്ചിട്ടില്ല. മാതാപിതാക്കളെ കണ്ടാണ് മക്കൾ വളരേണ്ടതെന്ന് അപ്പൻ എന്നും പറയാറുണ്ട്.

ഇതൊക്കെ കണ്ടു വളർന്ന ഇവളെങ്ങനെ ഇങ്ങനെയായീന്ന് അവൾക്കൊരു പിടീം കിട്ടീല്ല.

സൂസന്ന ചേട്ടത്തിയോടും അന്നാമ്മ ചേട്ടത്തിയോടും മാത്യൂസ് അങ്കിളിനോടും ഇതുവരെ ജനിയുടെ വിവരം പറഞ്ഞില്ല എന്നത് കുറച്ചു മണിക്കൂറിനുള്ളിൽ തന്നെ അവൾക്ക് ബോധ്യമായി. അതിൽ അവൾ അമ്മച്ചിയോട് പരിഭവം പറയുകയും ചെയ്തു. അപ്പനുള്ള കാലത്ത് എല്ലാവരും ഒരു ചെവിയും മനസ്സുമുള്ളോരായിരുന്നല്ലോ എന്ന ന്യായം പറഞ്ഞവൾ അമ്മച്ചിയെ കുറ്റപ്പെടുത്തി.

പറയാൻ വരട്ടെ! ആദ്യം നിങ്ങളവളെ കാണൂ. എന്നിട്ട് തീരുമാനിക്കാം. തങ്കപ്പൻ ചേട്ടനത് പറഞ്ഞപ്പോൾ അവൾ മറുത്തൊന്നും പറയാൻ പോയില്ല..

അവൾ ജനിയുടെ മുറിയിലേക്ക് കയറി.

വല്ല പ്രണയവുമാണെങ്കിൽ എന്തെങ്കിലും തെളിവ് കിട്ടാതിരിക്കില്ല. ജനിയുടെ പുസ്തക ഷെൽഫ് പരിശോധിക്കാനിരുന്നെങ്കിലും കാര്യമായി ഒന്നും കൈയ്യിൽ തടഞ്ഞില്ല. അവൾ കൂട്ടുകാരിയോടൊപ്പമുള്ള മൂന്നാല് ഫോട്ടോകൾ മാത്രമേ പുസ്തകങ്ങളീന്ന് കിട്ടിയുള്ളൂ.

ടെയ്‌ലർ കുഞ്ഞാപ്പുച്ചേട്ടൻ തയ്ക്കാൻ കൊടുത്ത അമ്മച്ചിയുടെ ജൗളികളുമായി പുറത്തു വന്നു നിൽപ്പുണ്ട്. ജോവിറ്റയെ കണ്ടപ്പോൾ ആ കണ്ണുകളിൽ വാത്സല്യം വന്നു നിറഞ്ഞു. അപ്പന്റെ കാലം മുതൽ തയ്യൽ വേല ചെയ്തു കുഴിയിലേക്കാണ്ട കണ്ണുകളുമായി കുഞ്ഞാപ്പു അവളെ നോക്കി.

ജോക്കുഞ്ഞിതെപ്പോ വന്നു?, കുഞ്ഞാപ്പു ചോദിച്ചു.

ഇപ്പോൾ വന്നതേയുള്ളൂ ചേട്ടാ, കുഞ്ഞാപ്പൂന്റെ കൈയ്യിലിരുന്ന കവർ വാങ്ങുന്നതിനിടേൽ അവൾ പറഞ്ഞു.

വാർദ്ധക്യം വന്നു നിറഞ്ഞിട്ടും വിശ്രമമില്ലാതായിപ്പോയ അയാളെക്കുറിച്ചു അവൾ ഓർത്തു പോയി. അപ്പൻ പണ്ടുമുതലേ എല്ലാവരേയും സഹായിക്കാറുണ്ട്. കുഞ്ഞാപ്പൂന്റെ കഥ ഒരു പാട് തവണ അപ്പൻ തന്നെ പറഞ്ഞിട്ടുണ്ട്. കുഞ്ഞാപ്പൂന്റെ മോൾ മുത്തുമാളു തീവണ്ടിക്കു ചാടി ആത്മഹത്യ ചെയ്തേൽ പിന്നെ ആരോടും കുഞ്ഞാപ്പു സംസാരിച്ചിട്ടില്ല. അവനും ഒരു നല്ല കാലം ഉണ്ടാവും. അപ്പൻ അവസാനം കൂട്ടി ചേർക്കും.

എവിടെ? ഇപ്പോഴും നരകം തന്നെ.

ചില മനുഷ്യരൊക്കെ മരണം വരെ പ്യൂപ്പാവസ്ഥയിൽ തന്നെ.

കാലത്തെഴുന്നേറ്റ് റെഡിയാവാനിരുന്നപ്പോൾ തന്നെ തങ്കപ്പൻ ചേട്ടൻ ഏർപ്പാടാക്കിയ കറിയാച്ചന്റെ ജീപ്പ് മുറ്റത്തേക്ക് വന്നു കയറി. അമ്മച്ചിയും ജോവിറ്റയും പ്രാർത്ഥന കഴിഞ്ഞ് തങ്കപ്പൻചേട്ടനോട് യാത്ര പറഞ്ഞു ജീപ്പിലേയ്ക്ക് കയറി.

യാത്രയിലുടനീളം രണ്ടു പേരും നിശബ്ദരായിരുന്നു. പുറത്തെ കാഴ്ച്ചകളിലേക്ക് കണ്ണും നട്ട് ജോവിറ്റ തലയനക്കാതെ ഇരുന്നു. കറിയാച്ചൻ പറയുന്നതിനൊക്കെ അമ്മച്ചി മൂളുക മാത്രം ചെയ്തു. പന്തികേട് തോന്നിയപ്പോൾ കറിയാച്ചനും നിശബ്ദനായി.

ജീപ്പ് ഡോൺ ബോസ്ക്കോ ഹോസ്റ്റലിന്റെ നടയിലേക്ക് കയറുമ്പോൾ നട്ടുച്ച കഴിഞ്ഞിരുന്നു. കറിയാച്ചനോട് ജീപ്പിലിരിക്കാനായി പറഞ്ഞു അവർ വാച്ച്മാനോടൊപ്പം മദർ സുപ്പീരിയറുടെ ഓഫീസിലേക്ക് നടന്നു.

ഭൂമിയുടെ രണ്ടു തട്ടുകളിലായാണ് അവിടെ കെട്ടിടങ്ങൾ പണിതിട്ടുള്ളത്. ഒന്നാം തട്ടിലെ ഓടിട്ട പഴയ കെട്ടിടത്തിലാണ് ലേഡീസ് ഹോസ്റ്റൽ എന്ന് വാച്ച്മാൻ പറഞ്ഞപ്പോൾ രണ്ടു പേരുടേയും കണ്ണുകൾ ജനിക്കായി അവിടെ പരതി നടന്നു.

മദർ സുപ്പീരിയർ പ്രായമുള്ള സ്ത്രീയായിരുന്നെങ്കിലും പെരുമാറ്റത്തിലെ പക്വതയും മനുഷ്യത്വവും ജോവിറ്റയെ ആകർഷിച്ചു.

ആരെ കാണാനാണ്?

ജനീറ്റ ഫ്രാൻസിസ്

പേരുകേട്ടപ്പോൾ മദറിന്റെ മുഖത്തെ ഭാവം ജോവിറ്റയിൽ ചെറിയ ഭയം ജനിപ്പിച്ചു.

ജനീറ്റ നിങ്ങളുടെ?

എന്റെ മോളാണ്. പെട്ടന്നവളെക്കാണാൻ അനുമതി നൽകണം.

അമ്മച്ചി വികാരാധീനയായി.

രണ്ടു പെൺകൊച്ചുങ്ങൾ കൂടെയാരുമില്ലാതെയാണ് ഇവിടേയ്

ക്ക് വന്നു കയറിയത്. കുടുംബത്തോടു ബന്ധിപ്പിക്കാനുള്ള രേഖകളൊന്നും കൈവശമുണ്ടായിരുന്നില്ലതാനും. പറഞ്ഞു വിടാൻ തോന്നിയില്ല. ഇപ്പോൾ കേൾക്കുന്ന വാർത്തകളൊക്കെ അങ്ങനെയാണല്ലോ? സംസാരത്തിനിടയിൽ സിസ്റ്റർ എന്തോ തിരയുകയാണ്. മേശവലിപ്പിൽ നിന്ന് അവരൊരു ന്യൂസ് പേപ്പർ പുറത്തെടുത്തു.

റീന രാഘവൻ, വടക്കേ വീട്, തൃശൂർ ജില്ല.

കാണ്മാനില്ല എന്ന വാർത്തയാണ്.!

ഫോട്ടോ കണ്ടപ്പോൾ ജോവിറ്റയ്ക്ക് ആളെ പിടികിട്ടി. രാവിലെ ജനിയോടൊപ്പം ഫോട്ടോയിലുണ്ടായിരുന്ന കൊച്ച് തന്നെ.

നിങ്ങൾ വന്നില്ലായിരുന്നെങ്കിൽ

ഒരുപക്ഷേ പോലീസിൽ അറിയിച്ചേനേ. ഇനിയിപ്പോൾ കാര്യങ്ങൾ എളുപ്പമായല്ലോ. മദർ ഫയലുകൾ അടുക്കി വെയ്ക്കുന്നതിനിടേൽ പറഞ്ഞുകൊണ്ടേയിരുന്നു.

അവരുടെ ശരീരഭാഷയിൽ നിന്ന് ജനിയോടുള്ള നീരസം ഊഹിച്ചെടുക്കാൻ ജോവിറ്റയ്ക്ക് കഴിഞ്ഞു.

നിങ്ങളിരിക്കൂ.. ഞാൻ വിളിപ്പിക്കാം. ഇത്തിരി ഗൗരവത്തോടെയാണവരത് പറഞ്ഞത്. അവർ മേശയിലിരിക്കുന്ന ബെല്ലിൽ വിരലമർത്തി നീട്ടി വിളിച്ചു.

ലൂസി സിസ്റ്റർ..

നീണ്ട് മെലിഞ്ഞ് അധികം പ്രായം തോന്നിക്കാത്ത സിസ്റ്റർ ഓടി വന്നു.

ലൂസീ ജനി ഫർണാണ്ടസ്സിന് ഗസ്റ്റുണ്ടെന്ന് പറയൂ. കൂടെയുള്ള കുട്ടിയേം വിളിച്ചേക്കണേ.

ജനി മുറിയിലേക്ക് കയറി. കൂടെത്തന്നെ അവളെ പറ്റിച്ചേർന്ന് കൂട്ടുകാരിയും ഉണ്ട്. അവളെ കണ്ടപ്പോൾ തന്നെ അമ്മച്ചിയുടേയും ജോവിറ്റയുടേയും സകല നിയന്ത്രണങ്ങളും വിട്ടുപോയി.

അവർ കുറച്ചു സമയം കെട്ടിപിടിച്ചു നിന്നു.

ജനി കുറച്ചു സമയം നിശബ്ദയായി.

പിന്നെ പതിയെ സംസാരിച്ചു തുടങ്ങി.

അമ്മച്ചീ എന്നോട് ക്ഷമിച്ചേക്കണേ.

റീന എന്റെ കൂട്ടുകാരി മാത്രമല്ല, സുഖദു:ഖങ്ങളിൽ എന്നും കൂടെക്കാണും എന്ന് പറഞ്ഞ് എന്നോടൊപ്പം ചേർന്നവളാണ്.

ശരീരവും മനസ്സും ഒന്നു ചേരുമ്പോഴാണ് പുരുഷനായാലും സ്ത്രീയായാലും പൂർണ്ണരാവുന്നത്. ജോവിറ്റ ജനി സംസാരിക്കുന്നത് ശ്രദ്ധിച്ചു കേൾക്കാനായി മുന്നോട്ടു നീങ്ങി.

ജനിയാവട്ടെ നിശ്ചയദാർഢ്യത്തോടെ പറഞ്ഞു കൊണ്ടിരുന്നു. എന്റെ ശരീരത്തിനു ചേരാതെ പോയി എന്റെ മനസ്സ്. ഇവളുടേം അതെ.

എനിക്കൊരു പുരുഷനെ കല്യാണം കഴിക്കാനാവില്ല. അങ്ങനെ ഒരു വിവാഹം കഴിച്ചാൽ ഒരു പക്ഷേ എന്റെ ജീവിതം അവിടെ തീരും. ഇത് കർത്താവ് തലയിൽ വെച്ചു തന്ന മുൾക്കിരീടമാണ്. ഞങ്ങൾക്കിത് ധീരമായിത്തന്നെ എടുത്തുകളയണം. അവളുടെ വാക്കുകളിൽ വെല്ലുവിളിയുണ്ട്. ലോകത്തോടുള്ള അവജ്ഞയുണ്ട്.

ജോവിറ്റക്കവളെ പൂർണ്ണമായും ഉൾക്കൊള്ളാനായി. ചുറ്റുമുള്ളവർ എന്ത് പറയുന്നു എന്നതിനേക്കാൾ നമ്മുടെ ശരികളിൽ ജീവിക്കുക. പണ്ടപ്പൻ പറഞ്ഞ വാചകങ്ങൾ അവളോർത്തു.

നഗരാതിർത്തിയിലുള്ള ലോഡ്ജ് മുറിയിലേക്ക് മാറാം എന്ന ധാരണയിൽ അവിടുത്തെ കെട്ടുപാടുകൾ അവസാനിപ്പിച്ചവർ വെളിയിലേക്കിറങ്ങി.

ഇനിയങ്ങോട്ടെന്ത് എന്നത് റീനയുടെ വീട്ടുകാരെ ബോധ്യപ്പെടുത്തണം ജോവിറ്റ പറഞ്ഞു.

അമ്മച്ചി ഒന്നും പറയാനാവാതെ തരിച്ചു നിന്നു. അവൾ അമ്മച്ചിയെ നോക്കി. ശേഷം കൈയ്യിൽ പിടിമുറുക്കി. അമ്മച്ചീ ഭയപ്പെടാതെ. ഒക്കെ ശെരിയാവും. മുരടിച്ചു പോവാതെ അവളെങ്കിലും ഒരു പൂമ്പാറ്റയായി പറക്കട്ടെ.

അതു പറയുമ്പോൾ ആത്മവിശ്വാസം കൈവന്ന പോലെ ഏറെ നാളുകൾക്ക് ശേഷം അവൾ മനസ്സു നിറഞ്ഞ് ഒന്നു പുഞ്ചിരിച്ചു.

○○

ഇടവേള

"Some women get erased a little at a time, some all at once. Some reappear. Every woman who appears wrestles with the forces that would have her disappear. She struggles with the forces that would tell her story for her, or write her out of the story, the genealogy, the rights of man, the rule of law. The ability to tell your own story, in words or images, is already a victory, already a revolt."

-Rebecca Solnit,
Men Explain Things to Me

ജൂലൈ

"I am not free while any woman is unfree, even when her shackles are very different from my own."

-Audre Lorde

7

മറവിയിലൊരു മറുവാക്ക്

ഗീതാ കൃഷ്ണൻ

തന്റെ നേരെ നീട്ടിയ കൈകളിലേയ്ക്ക് അയാൾ നോക്കി. വല്ലാത്തൊരു എരിച്ചിൽ, കണ്ണിലാണോ നെഞ്ചിലാണോ എന്ന് തിരിച്ചറിയാൻ വളരെ തീവ്രമായി ശ്രമിച്ചു. ഇത് അവസാനരംഗമാണോ എന്നും അയാൾ സംശയിച്ചു...

ഭാര്യയുടെ നിറവയറിൽ മുഖംചേർത്ത് കിന്നാരം പറഞ്ഞത് ആരോടായിരുന്നു എന്നയാൾ ആലോചിച്ചു. ഉള്ളിൽകിടന്നുള്ള തുള്ളിക്കളി കണ്ട് കോരിത്തരിച്ചത് ഈ ജന്മം തന്നെയാണോ? അതും സംശയം. വയറിന്റെ ഓരോ ഭാഗത്തും അവൻ ചവിട്ടിത്തുള്ളി മുഴച്ചുവരുന്നത് കാണാനുള്ള കാത്തിരുപ്പിന് മധുരം പുരട്ടിയത്, തൊട്ടാവാടിപോലെ കൂമ്പിപ്പോകുന്ന അവളുടെ നാണമായിരുന്നെന്ന് ഇപ്പോൾ ഓർമ്മവന്നത് അത്ഭുതം തന്നെ...! ആ മുഴപ്പിന്മേൽ മെല്ലെ തൊട്ടപ്പോൾ... ഹോ, ദേഹമാസകലം കുളിര് കോരിയിരുന്നു...! മെല്ലെ തൊട്ടപ്പോൾ അവൻ കുതറിമാറി തൊട്ടപ്പുറത്ത് മാറിനിന്ന് പൊങ്ങി നോക്കി... ചെക്കൻ മുങ്ങാംകുഴിയിട്ട് കളിച്ച് പറ്റിയ്ക്കുന്നു...!

വയറിന് മേൽ വിരൽത്തുമ്പ് കൊണ്ടെഴുതി ...

'മോനെ...'

അവൻ തുള്ളിക്കളിച്ചുവന്ന്, ഗർഭപാത്രത്തിന്റെ ഭിത്തിയിൽ മറുവാക്കെഴുതി...

'അച്ഛാ...'

നെഞ്ചെന്തിനാണ് ഇങ്ങനെ കഴയ്ക്കുന്നതെന്ന് അയാൾക്ക് മനസ്സിലായില്ല. അയാൾ നോക്കി, ആ കൈ മുന്നിലുണ്ട്. അമ്മയുടെ

ഗർഭപാത്രത്തിന്റെ ഭിത്തിയിൽ അച്ഛന് മറുവാക്കെഴുതിയ കൈ.

'ഡോക്ടർ...'

ഡോക്ടർ... ജന്മാന്തരങ്ങൾക്കപ്പുറത്ത് നിന്നാണോ ആ വിളി? മനസ്സിലാകുന്നില്ല. ആരാണ് ഡോക്ടർ? അയാൾ സ്വയമൊന്ന് വിലയിരുത്തി. തന്റെ പേര്, അതെ...അത് തന്നെ... ഐസക് ജോർജ്. താനൊരു ഫോറൻസിക് സർജനായിരുന്നു എന്നകാര്യം അയാൾ മനപ്പൂർവ്വം മറവിയിലേയ്ക്ക് തള്ളി.

മറവിയുടെ ഒരു സമാന്തരലോകം പണിത്, അതിനുള്ളിൽ എന്തെല്ലാമാണ് ഒളിപ്പിച്ച് വച്ചതെന്ന് ഓർത്തപ്പോൾ അയാൾക്ക് പിന്നെയും അതിശയം.

വീണ്ടും ആ കൈ... ഇനി കണ്ണും കരളും വൃക്കയുമൊക്കെ മനുഷ്യരൂപം പൂണ്ട് വരുമോ എന്നയാൾ ഭയപ്പെട്ടു. അതൊക്കെ എവിടെയാണ് തുടിക്കുന്നതെന്നൊന്നും ആലോചിയ്ക്കാൻ അയാൾ മിനക്കെടാറേയില്ല. അതിനല്ലേ മറവിയുടെ സമാന്തരലോകം?

എന്നിട്ടും പുറത്തുചാടാൻ വെമ്പുന്ന കാഴ്ച്ചകൾ... അവനെമാത്രം തന്ന് നിരന്തരം കണ്ണീരൊഴുക്കിയ ഗർഭപാത്രത്തെ ഉപേക്ഷിക്കണമെന്ന് ഗൈനക്കോളജിസ്റ്റ് വിധിയെഴുതിയപ്പോൾ ഭാര്യ കരഞ്ഞിരുന്നു. എന്നാൽ തനിക്ക് എന്താണ് തോന്നിയിരുന്നതെന്ന് അയാൾ മറന്നുപോയി. അറുത്ത് മാറ്റപ്പെട്ട ഗർഭഗൃഹത്തെ ഓർത്ത് കരയേണ്ടതില്ലെന്ന് എപ്പോഴും ഓർമ്മിപ്പിച്ചത് കൊച്ചു രാജകുമാരന്റെ കുസൃതികളല്ലേ? അതെ, കൊള്ളാം... അതയാൾ മറന്നില്ല.

എന്തിനാണ് മറവിയുടെ സമാന്തരലോകം പണിതതെന്നായി ഇപ്പോൾ അയാളുടെ ചിന്ത. അത് കാണാമറയത്ത് മതിയായിരുന്നില്ലേ? അതിലെ കള്ളത്തരം വളരെ കഷ്ടപ്പെട്ട് അയാൾ കണ്ടുപിടിച്ചു. അത് തന്നെയാണ്, അതടുത്ത് തന്നെ വേണം... ഇടയ്ക്കൊന്ന് എത്തിനോക്കണം. പിന്നെ മുഖം തിരിയ്ക്കണം, മറന്നെന്ന് നടിയ്ക്കണം.

അത് പണിതീർത്തത് അന്ന് തന്നെയായിരുന്നു.

ആശുപത്രിമുറ്റത്തേക്ക് പൊടിപറത്തി പാഞ്ഞുവന്ന കാറിൽനിന്നു സ്ട്രെച്ചറിലേയ്ക്ക് ഊർന്ന ചോരയിൽ കുതിർന്ന പഴന്തുണിക്കെട്ട് ഒരു മനുഷ്യരൂപം പ്രാപിച്ചത്, പാഞ്ഞ സ്ട്രെച്ചറിൽ നിന്നും തനിക്ക് നേരെ നീണ്ട ചുവന്ന കൈ കണ്ടപ്പോഴായിരുന്നെന്ന് ഓർത്തപ്പോൾ അയാൾക്ക് നെഞ്ച് വീണ്ടും കഴച്ചു. ആ കൈയ്ക്ക് പിന്നിൽ 'അച്ഛാ' എന്നൊരു വിളിയുണ്ടായിരുന്നെന്ന് തിരിച്ചറിഞ്ഞപ്പോഴാണ്, അത് അച്ഛന് മറുവാക്കെഴുതിയ കൈയായിരുന്നെന്ന്...!

ഒരുപാട് മൃതശരീരങ്ങളെ കീറിമുറിച്ച്, ഒളിച്ചുവയ്ക്കപ്പെട്ട നിഗൂഢതകൾക്ക് നേരെ വിരൽചൂണ്ടിയ ഫോറൻസിക് സർജൻ ഡോക്ടർ ഐസക് ജോർജ് വളരെ നിസ്സാരനായി കുഴഞ്ഞുവീണത് മുന്നേപോയ പഴന്തുണിക്കെട്ടിൽ നിന്നും ഊർന്നുവീണ സ്വന്തം രക്തത്തുള്ളികൾക്ക് മേലെ!

മീഡിയനിൽ ഇടിച്ചുതകർന്ന മകന്റെ ബൈക്കിന് സമീപം അച്ഛനുള്ള പിറന്നാൾ സമ്മാനമുണ്ടായിരുന്നു എന്നയാളോട് പറയാനുള്ള ധൈര്യം ഇന്നുവരെ ആർക്കുമുണ്ടായില്ല!

മകന്റെ കല്ലറയിൽ ഒരുപിടിമണ്ണ് വാരിയിട്ട് തിരിഞ്ഞപ്പോൾ അയാൾ ഓർത്തത് അവന്റെ കണ്ണും കരളും വൃക്കയും ആരായിരിയ്ക്കും സ്വീകരിച്ചത് എന്നല്ല, അവന്റെ കൈ....അതാർക്കാണ്...

ആശുപത്രിയിൽ നിന്നും നീണ്ട അവധിയെടുത്ത് മൗനവാത്മീകത്തിലൊളിച്ചു.

തന്റെ മുന്നിലിരുന്ന് ഒരു തുണ്ട്കടലാസ്സിൽ കുറിയ്ക്കുന്ന കൈ....

അപകടത്തിൽ കൈ നഷ്ടപ്പെട്ട ഇരുപത്തിനാലുകാരൻ പയ്യൻ ... അവനാണ് ആ കൈ വച്ചു പിടിപ്പിച്ചതെന്ന് അറിഞ്ഞപ്പോൾ മുതൽ ഒന്നുകാണാൻ പിടച്ച മനസ്സിനെ എന്തിനാണ് സ്വയം ശകാരിച്ചതെന്ന് അയാൾക്ക് മനസ്സിലായില്ല. കാണാൻ പോയതുമില്ല. തനിക്ക് തന്നെ പിടികിട്ടാത്ത ഒരു പ്രഹേളികയായി താൻ മാറുന്നു എന്നത്, മനഃപ്പൂർവ്വം എടുത്തണിഞ്ഞ ഒരു പടച്ചട്ടയാണെന്ന് അയാൾ ചിന്തിയ്ക്കായ്കയല്ല.

ആർത്തിരമ്പുന്ന തിരകളേപ്പോലെ മനസ്സ്. മുന്നിലിരുന്ന് കുറിക്കുന്നത് അവനാണ്, ആ വിരലുകൾ... ആ കൈപ്പത്തി തന്നെ നോക്കി 'അച്ഛാ' എന്ന്...!

കണ്ണിറുക്കിയടച്ചാൽ മനസ്സിന്റെ വാതിലടയില്ലെന്നു അയാൾക്കറിയാം, പക്ഷേ...

അവനെഴുന്നേറ്റു. ആ തുണ്ട്കടലാസ്സ് അയാൾക്ക് നേരെ നീട്ടി. ദൈവത്തിന് കത്തെഴുതിക്കൊടുക്കുന്നത് പോലെ. അവന്റെ നിറഞ്ഞൊഴുകുന്ന കണ്ണുകളിൽ നോക്കി അയാൾ പകച്ചു... പിന്നീട് കൈകളിലേയ്ക്കും.

ആർത്തിരമ്പുന്നൊരു കൊടുങ്കാറ്റുവന്ന് തന്നെ ചുഴറ്റിയെറിയുന്നെന്ന് അയാൾക്ക് തോന്നി. എന്തോ പറയാനാഞ്ഞെങ്കിലും വാക്കുകൾക്ക് പാതിവഴിയിൽ ശക്തിക്ഷയം. വീണ്ടും ആ തുണ്ട്കടലാസ്സ്...

അയാളുടെ കൈപിടിച്ച്, ആ തുണ്ട്കടലാസ്സ് അവൻ ആ കൈ

കളിൽ വച്ചുകൊടുത്തു. ആ സ്പർശമേറ്റ നിമിഷം അയാൾ കുളിർന്ന് വിറച്ചു! കടലാസ്സിൽ....

'അച്ഛന് സ്നേഹപൂർവ്വം...'

വാക്കുകൾക്ക് ശക്തിക്ഷയം സംഭവിക്കട്ടെ... ഇനിയെന്തിനാണ് വാക്കുകൾ? ഋതുഭേദങ്ങൾ ഒന്നിച്ച് മുന്നിൽവന്നു നിരന്നു. ലോകം ചുരുങ്ങിച്ചുരുങ്ങി ആ കൈയ്ക്കുള്ളിൽ... ഗജഗംഭീരനായ ഫോറൻസിക് സർജൻ വെറുമൊരു പാവം അച്ഛൻ മാത്രമായ നിമിഷം!

അമ്മയുടെ ഗർഭപാത്രത്തിൽ, അച്ഛന് മറുവാക്കെഴുതിയ ആ കൈ, അയാളുടെ വിറയ്ക്കുന്ന കൈകളിൽ ഒതുങ്ങിയിരുന്ന് വിളിച്ചു,

'അച്ഛാ...'

നനഞ്ഞുവിറച്ച ഒരു പക്ഷിക്കുഞ്ഞിനെപ്പോലെ അവൻ അയാളുടെ നെഞ്ചിലമർന്ന് കുറുകി....

ΟΟ

ഓഗസ്റ്റ്

"Nothing I accept about myself can be used against me to diminish me."

-Audre Lorde,
Sister Outsider: Essays and Speeches

8

കാപ്പിപ്പൊടി ഫ്രോക്ക്

ഡോ. ഗംഗാദേവി എം.

'ദേഹത്തിനുള്ള ഉടുപ്പുകളല്ല
ആത്മാവിനുള്ള ചിറകുകളാണ് കവിത'
- പി.കുഞ്ഞിരാമൻ നായർ

അനന്തവിഹായസ്സിലേക്കും ജന്മാന്തരങ്ങളിലേക്കും ആത്മാവിനെ പറത്തിയുയർത്തുന്ന ചിറകുകൾ കവിതകളായി പിറക്കുമ്പോൾ ചില ഉടുപ്പുകൾ ശരീരത്തിന്റെ വളർച്ചയിൽ അൺഫിറ്റായിത്തീർന്നിട്ടും മനസ്സിനെ വിടാതെ പിൻതുടരുന്നുണ്ട്.

ഓർമ്മയിലെ ആദ്യ ഓണത്തിനാണ് എന്റെ ഏട്ടൻ കോഴിക്കോട് സർവ്വകലാശാലയിൽ ജോലി കിട്ടിയിട്ട് ആദ്യമായി വീട്ടിലേക്ക് വരുന്നത്. ഏറ്റവും ഇളയവളായ എനിക്ക് കാപ്പിപ്പൊടിക്കളറിലെ ഒരു ഫ്രോക്കും കൊണ്ടാണ് വല്യേട്ടൻ വന്നത്. ജീവിതത്തിലാദ്യമായിട്ടാണ് ഒരു റെഡിമെയ്ഡ് ഫ്രോക്ക് കിട്ടുന്നത്. ഞാൻ അതുമിട്ടു സന്തോഷവതിയായി കളിച്ചു നടന്നു. എല്ലായിടത്തും കൊണ്ടുപോയി കാണിച്ചു. മുട്ടിനു മുകളിൽ നിൽക്കുന്ന ഫ്രോക്കിന്റെ താഴ് ഭാഗത്ത് ഫ്രിൽ ഉണ്ട്. നല്ല ഭംഗിയുള്ള ഉടുപ്പായിരുന്നു അത്. ഞാൻ ഒരുപാടിഷ്ടപ്പെട്ട ഫ്രോക്ക്. ഞാൻ അങ്ങനെ കരുതി സൂക്ഷിച്ചു വെച്ചിരുന്ന ഉടുപ്പു മറ്റൊരാൾക്കെടുത്തു കൊടുക്കുകയെന്ന് വച്ചാൽ എത്ര വലിയ ദുരന്തമാണത്? ഓണമൊക്കെ കഴിഞ്ഞ് മൂന്നുനാലു ദിവസത്തിനകത്ത് എന്റെ ചിറ്റയും മക്കളും ഇല്ലത്തു വന്നു. ചിറ്റ എന്നു വച്ചാൽ എന്റെ അച്ഛന്റെ അനുജത്തി. ചിറ്റയുടെ മകൾ എന്റെ അതേ പ്രായമാണ്. അവർ ഓണത്തിനു വന്നിട്ട് ഒന്നും കൊടുത്തില്ലല്ലോ എന്നും പറഞ്ഞ് അമ്മ എന്റെ പ്രിയപ്പെട്ട ആ കാപ്പിപ്പൊടി ഫ്രോക്കെടുത്ത് അവൾക്കു കൊടുത്തു. അവരതങ്ങു കൊണ്ടുപോവുകയും ചെയ്തു.

തിരിച്ചൊന്നും പറയാനാവാതെ ഞാൻ നിന്നു തേങ്ങി. അമ്മയുടെ മനസ്സിൽ എന്തായിരുന്നോ എന്നെനിക്കറിയില്ല. പക്ഷേ എന്റെ ഹൃദയം വല്ലാതെ വേദനിച്ചു. സ്വന്തം മകൾക്കില്ലെങ്കിലും നാത്തൂന്റെ മകൾക്കു കൊടുക്കുവാൻ തോന്നിയ അമ്മയുടെ മനസ്സ് വായിക്കാൻ അന്നെനിക്കറിയില്ലായിരുന്നു. ഞാൻ ഏറെ സങ്കടപ്പെട്ടു.

ഒരാഴ്ച കഴിഞ്ഞപ്പോൾ എന്തോ വിശേഷത്തിനു ചിറ്റ വീണ്ടും വന്നു. പോകുമ്പോൾ ഞാനും വരുന്നെന്നു പറഞ്ഞു കൂടെക്കൂടി. ഒറ്റയ്ക്ക് നിൽക്കില്ല പോകണ്ട എന്നു ചേച്ചിമാരും അമ്മയും പറഞ്ഞു. പക്ഷേ ഞാനും ഉണ്ട് എന്ന് പറഞ്ഞു വാശി പിടിച്ചു. ഒടുവിൽ എന്നെയും കൊണ്ട് ചിറ്റ അവരുടെ ഇല്ലത്തേക്കു പോയി. കുറേ നടന്നും രണ്ട് ബസ് കേറിയുമൊക്കെ പോകണം. മാക്രിയില്ലാകുളത്തിനടുത്തിറങ്ങി വയലേലകൾ കടന്ന് ഒരു തോടും കടന്നു തേരി കേറിയാൽ മംഗലത്തില്ലത്തെത്തും. എന്നെ എടുത്തും നടത്തിയും ഒരുവിധം ഞങ്ങളവിടെയെത്തി. കുറേ സമയം കളിച്ചു നടന്നു. പിന്നെ പതുക്കെ എന്റെ ലക്ഷ്യത്തിലേക്കു ഞാൻ കടന്നു.

ചിറ്റയുടെ മകളോട് ആ ഫ്രോക്ക് എവിടെ എന്നു ചോദിച്ചു. പത്തായത്തിന്റെ പുറത്തിരുന്ന തടിപ്പെട്ടിയിൽ കൈതപ്പൂവിന്റെ മണവുമായി എന്റെ കാപ്പിപ്പൊടി ഫ്രോക്കിരിക്കുന്നു. ഉടനതു ഞാൻ കൈക്കലാക്കി. അപ്പോഴേക്കും സന്ധ്യയായിത്തുടങ്ങിയിരുന്നു.

'നിനക്ക് വേണോ ആ ഉടുപ്പ്' എന്നു ചിറ്റ ചോദിച്ചു.

'വേണോങ്കി എടുത്തോ. കൂട്ടയ്ക്കങ്ങനാ..... ആര് ചെന്നാലും എന്തേലും കൊടുത്തു വിടണം. കൊച്ചുങ്ങടെ മനസ് അറിയണ്ടേ?' എന്നു പറഞ്ഞപ്പോൾ എനിക്കു സമാധാനമായി. പക്ഷേ അപ്പോഴേക്കും രാത്രിയായി. അമ്മയില്ലാതെങ്ങനെ ഉറങ്ങും? ഞാൻ കരയാൻ തുടങ്ങി. എനിക്കു പോണം. അമ്മേ കാണണം എന്നു പറഞ്ഞു നിലവിളിക്കാൻ തുടങ്ങി. രാത്രിയിലെന്തു ചെയ്യാനാ? എന്നെ പേടിപ്പിച്ചും സമാധാനിപ്പിച്ചും ഒരു വിധം രാത്രി കഴിച്ചുകൂട്ടി. നേരം വെളുത്തപ്പോൾ ആദ്യവണ്ടിക്കു തന്നെ എന്നെയും കൊണ്ടു ചിറ്റ വീണ്ടും എന്റെ വീട്ടിലേക്കു തിരിച്ചു. തേരിയിറങ്ങി തോടു കടന്നു വയൽ വരമ്പത്തൂടെ മാക്രിയില്ലാകുളത്തിനു മുന്നിലെ ബസ്സ്റ്റോപ്പിൽ നിന്നു. എന്റെ കാപ്പിപ്പൊടി ഫ്രോക്ക് നേഞ്ചോട് ചേർത്തു പിടിച്ചു മൂക്കളയും കണ്ണീരുമൊലിപ്പിച്ചു കൊണ്ട് ഏങ്ങി ഏങ്ങി ചിറ്റയുടെ എളിയിൽ വിശ്വവിജയിയെപ്പോലെ ഞാനിരുന്നു.

○○

സെപ്തംബർ

"I like being present in spaces where I am not welcome because you do not deserve to feel comfortable just because you're racist or sexist or small-minded."

-Scaachi Koul,
One Day We'll All Be Dead and None of This Will Matter

9

പൂതം

ഷബാന ബീഗം

തേവിടിശ്ശി, അവൾ കിഴക്കു വെള്ളകീറും മുൻപ് ഉണർന്നു, പശുവിനെ കറന്നു, പീടികയിൽ പാൽ കൊടുക്കാൻ കുന്നിറങ്ങി നടന്നു പോയി. അവളുടെ ആ പോക്കു കണ്ട് വഴിവക്കിലെ കുളക്കടവിൽ അടിച്ചുനനച്ചു കുളിച്ചു കയറാൻ വന്ന പെണ്ണുങ്ങൾ കാറിതുപ്പി. അങ്ങാടിയിലെ മാന്യന്മാർ അടക്കം പറഞ്ഞു. ഇന്റർവ്യൂവിന് പോവുന്ന മേനോൻ മാഷുടെ മോൻ മാത്രം ചിരിച്ചു!

സന്ധ്യ മയങ്ങും മുൻപു തേവിടിശ്ശി, അവൾ കുന്നു കയറി വീട്ടിലെത്തി.

പീടികയിൽ നിന്നും വാങ്ങിയ പലവ്യഞ്ജനങ്ങൾ പാതകത്തിൽ വെച്ചു. പശുവിനു കാടികൊടുത്തു. പിന്നെ, കുളിച്ചുവന്നു. ഭസ്മം തൊടീച്ച് അപ്പുണ്ണിയെ ഒപ്പമിരുത്തി നാമം ചൊല്ലി. ഉറക്കം അപ്പുണ്ണിയെ ചേർത്തു പിടിച്ചപ്പോൾ മെല്ലെ തട്ടിയുണർത്തി നല്ല പൊടിയരിക്കഞ്ഞി പ്ലാവില കുമ്പിൾകോട്ടി കോരിക്കൊടുത്തു. ഒരു ചെറിയുള്ളിയും ഒരു തുണ്ട് പഴമ്പുളിയും വറ്റൽമുളകു കൂട്ടി ഉടച്ച്, രണ്ടു തുള്ളി വെളിച്ചെണ്ണ ചേർത്ത് അല്പം എരിവ് നാവിലേക്കു ഇറ്റിച്ചപ്പോൾ, ഒന്നിനുമല്ലാതെ അവരെ ഇട്ടേച്ചു പോയ അപ്പുണ്ണിയുടെ അച്ഛനെ അവൾ ഓർത്തു. നല്ല മഴക്കോളുണ്ട്. പൊട്ടിയ ഓടിന് ഇടയിലൂടെ ഇടിയും മഴയും നോക്കിക്കിടക്കുമ്പോൾ അവൾ ഓർത്തെടുക്കാൻ ഓർമച്ചെപ്പിൽ പരതിയതു സ്വന്തം പേരു തന്നെ ആയിരുന്നു.

അയാൾ വീണ്ടും വരും. അപ്പുണ്ണിയെ കൊണ്ടുപോകാൻ. അവൾക്ക് ഒരു രൂപവും കിട്ടിയില്ല.

നാളേക്കുറിച്ച് ഒന്നും ചിന്തിക്കാറായിട്ടില്ലെങ്കിലും അപ്പുണ്ണി ആ

രാത്രിയിൽ പലവട്ടം ഉറക്കത്തിൽ ഞെട്ടി!

പിറ്റേന്നും പകൽ മുഴുവൻ മഴ പെയ്തു. വൈകുന്നേരം ഇറയത്തു വീഴുന്ന മഴവെള്ളം നോക്കി അപ്പുണ്ണി അങ്ങനെ ഇരുന്നു. അച്ഛൻ വരുമത്രേ! അങ്ങനെയാണെങ്കിൽ എന്നെ സ്കൂളിൽ ചേർക്കാൻ എന്തേ വരാഞ്ഞു? താഴത്തെ സുകുവിനെ ഉത്സവത്തിനു കൊണ്ടോവാറുള്ളത് അവന്റെ അച്ഛൻ ആണല്ലോ. ഹൈദ്രുവിന്റെ വാപ്പ ദുബായിൽ നിന്നും അവന് എന്തൊക്കെ സമ്മാനങ്ങളാണു കൊണ്ടു വരുന്നത്? ഉത്സവത്തിന് കൊണ്ടോവാതെ, സമ്മാനങ്ങൾ ഒന്നും വാങ്ങിത്തരാതെ എങ്ങനാ അച്ഛനാവുക..? അപ്പുണ്ണി ഓർത്തു.

സന്ധ്യയാകുന്നു, അമ്മ വേഗം അവനെ കുളിപ്പിച്ചു. മഴ നോക്കിയിരിക്കെ അവനു ചുട്ട പപ്പടവും, കാച്ചിയ മോരും കൂട്ടി ചോറു കൊടുത്തു. പിന്നെ, പൂതത്തിന്റേയും ഉണ്ണിയുടേയും കഥ പറഞ്ഞു കൊടുത്തു. ഉറക്കത്തിൽ എന്നോ കണ്ട കഥകളിയിലെ കത്തി വേഷം കണ്ട് അവൻ ഞെട്ടിയുണർന്നു. ഉണ്ണിയെ തട്ടിയെടുക്കാൻ വന്ന പൂതത്തിനും അതേ രൂപം!

വെളുത്ത നീണ്ട ദംഷ്ട്രകൾ.. അതേ അലർച്ച!

അപ്പുണ്ണി ഉറക്കെ കരഞ്ഞു.

പിറ്റേന്നു വൈകിട്ടു നനഞ്ഞ മുറ്റത്തെ തിണ്ടിനരികിൽ വിരിഞ്ഞു നിൽക്കുന്ന പതിറ്റടിപ്പൂക്കൾക്കു ചുറ്റും പറക്കുന്ന നീലത്തുമ്പിയെ നോക്കി അപ്പുണ്ണി ഇരിക്കെ അയാൾ വന്നു..! അപ്പുണ്ണി കിഴക്കേ തൊടിയിലെ കൂവളത്തിനു പിന്നിൽ ഓടിയൊളിച്ചു. അവിടെ ചിക്കിപ്പെറുക്കി നിന്ന തള്ളക്കോഴിയും കുഞ്ഞുങ്ങളും ഒച്ച വെച്ചു. അയാൾ തിരിഞ്ഞു നോക്കി..! അയാളുടെ കണ്ണുകൾ ചുവന്നിരുന്നു... പൂതം..

'തേവിടിശ്ശീ... നീ വളർത്തിയാൽ എന്റെ കുട്ടി പിഴച്ചു പോവും.' അയാൾ ഒച്ചയിട്ടു. പിന്നെ അമർത്തിച്ചവിട്ടി മുരണ്ടു കൊണ്ട് അയാൾ പോയി. അപ്പുണ്ണി ശ്വാസം വിട്ടു. മരത്തിന്റെ പിന്നിൽ നിന്നും മുറ്റത്തെത്തി.

അമ്മ എന്തിനാണു കരയുന്നത്? അമ്മയ്ക്ക് അപ്പുണ്ണിയില്ലേ? പക്ഷേ, അയാളെ അപ്പുണ്ണിക്കു പേടിയാണ്.

'അപ്പുണ്ണിയെ ചോദിച്ചു വരുന്ന അയാൾക്ക് അപ്പുണ്ണിയേ കൊടുക്കല്ലേ അമ്മേ...അതു പൂതമാണ് !' അപ്പുണ്ണി കരഞ്ഞു, അമ്മയും.

പിന്നെ നിറഞ്ഞ കണ്ണുമായി അമ്മ ചിരിച്ചു കൊണ്ട് പാടി.

'കുന്നും കാടും താണ്ടിവരുന്ന

പൂതത്തിന്...
കണ്ണോ, കരളോ ചൂഴ്ന്നു കൊടുക്കും,
ഉണ്ണിയ്ക്ക് വേണ്ടിയീ നങ്ങേലി...'
അമ്മയുടെ സ്വരം ഒരു രസോമില്ല കറ കറ..!
എന്നാലും അപ്പുണ്ണി അമ്മയെ കെട്ടിപ്പിടിച്ചു.
അമ്മ അവന് ഇലയട ഉണ്ടാക്കി കൊടുത്തു.

വെറുതെ അപ്പുണ്ണി കഴിക്കുന്നത് നോക്കിയിരുന്നു. അവന്റെ മുടിയിൽ തഴുകി. കണ്ണു നിറച്ചു. അതു കണ്ടപ്പോൾ അപ്പുണ്ണിക്ക് ഇലയട തൊണ്ടയിൽ തങ്ങി.

'അപ്പുണ്ണി എങ്ങട്ടും പോവൂല'

അവൻ അമ്മയെ ആശ്വസിപ്പിച്ചു. രാത്രി കാറ്റും മഴയും.

അമ്മയുടെ നേര്യതിന് ചെമ്പകച്ചൂര്..

അമ്മ എങ്ങട്ടെങ്കിലും പോണുണ്ടോ ആവോ... പുത്യേ നേര്യത് ഇടാൻ..?

കീചകനെ വധിച്ച ഭീമന്റെ കഥയാണ് അമ്മ അന്ന് പറഞ്ഞത്. അപ്പുണ്ണി ഉറങ്ങി... അവൻ കയ്യിൽ പിടിച്ചിരുന്ന പമ്പരം, ഉരുണ്ടുരുണ്ടു പോയി.

പിറ്റേന്നു പരശ്ശതം കാക്കകളുടെ കരച്ചിൽ കേട്ടാണ് അപ്പുണ്ണി ഉണർന്നത്.

'അപ്പുണ്ണി എങ്ങട്ടും പോവില്ലന്നു പറഞ്ഞിട്ടും, ഈ അമ്മ എങ്ങട്ടാ പോയത്?'

ആരൊക്കെയോ ഓടിപ്പോവുന്നുണ്ട്. ആരോ വിളിച്ചു പറയുന്നു, 'തേവിടിശ്ശി അമ്പലപ്പറമ്പിലെ ആലിൽ തൂങ്ങി നിക്കണ്!.'

അപ്പുണ്ണി മെല്ലെ കുന്നിറങ്ങി. വയർ കത്തിക്കാളുന്നു. ഒരു ശർക്കര കാപ്പി തരാതെ അമ്മ എങ്ങോട്ടു പോയി..?

നിറയെ ആൾക്കൂട്ടം...

അമ്മ നല്ല ആളാ..

പുതിയ നേര്യതും മുണ്ടും ചുറ്റി അമ്മയതാ, ആലിന്റെ തുഞ്ചാണികൊമ്പത്ത്!

കാറ്റിൽ ആടിയാടി!

ആൾകൂട്ടത്തിൽ അയാൾ! പൂതം, ദംഷ്ട്ര!

കേളികൊട്ടുയർന്നു...

അവന്റെ മുന്നിൽ ഭീമനും... കീചകനും..!

അലർച്ച... അവൻ ഓടി...

പൂതത്തിന്റെ നെഞ്ചിലേക്കു ചാടി...

ചമയങ്ങൾ മാന്തിക്കീറി...

അലറി വിളിച്ചു ആൽത്തറക്കു ചുറ്റും ഓടി...

പിന്നെ കുഴഞ്ഞു വീണു...

കണ്ണു ചൂഴ്ന്നു കൊടുക്കാൻ നങ്ങേലി വന്നില്ല...

അടുത്തടുത്തു വരുന്ന പൂതത്തിന്റെ ചിലമ്പൊലി കേട്ട് അപ്പുണ്ണി കണ്ണുകൾ ഇറുക്കിയടച്ചു...

ഠഠ

ഒക്ടോബർ

"And really, how insulting is it that to suggest that the best thing women can do is raise other people to do incredible things? I'm betting some of those women would like to do great things of their own."

-Jessica Valenti,
Why Have Kids?

10

ഇവൾ ആത്മസഖി

ശ്രീദേവി വർമ്മ

"സുബ്രുനെ കണ്ടോ മാധവേട്ടാ?"

പലചരക്കുകടയിൽ സാധനം പൊതിഞ്ഞു കൊടുക്കുന്നതിനിടെ തെല്ലരിശത്തോടെയാണ് ആ തടിച്ചു കുറുകിയ നരയും കഷണ്ടിയും ബാധിച്ച മനുഷ്യൻ പുറത്തേക്ക് എത്തിനോക്കിയത്.

അല്ലെങ്കിലും ആളെങ്ങനെ ദേഷ്യപ്പെടാതിരിക്കും.

തിരക്കുള്ള സമയം.

കടയിൽ സഹായിക്കാനാണെങ്കിൽ ആരുമില്ല.

എല്ലാം കണ്ടിട്ടും കാണാത്തതുപോലെ ഒരുത്തൻ സുബ്രുവിനെ തിരക്കുമ്പോൾ ആർക്കും ദേഷ്യം വന്നുപോവും. ആവശ്യക്കാരനുണ്ടോ ഔചിത്യം?

ചോദ്യമുതിർത്ത കറുത്തു മെലിഞ്ഞ രൂപം മറുപടിക്ക് കാത്തു നിൽക്കുകയാണ്.

അധികം വൈകിയില്ല. എന്തൊക്കെയോ മുറുമുറുത്തിട്ട് മാധവേട്ടൻ പറയുന്നത് കേട്ടു, "വീട്ടീന്നിറങ്ങാറില്ലെന്നാ കേൾക്കണേ. ങാഹ്, പറഞ്ഞിട്ട് കാര്യമില്ല. സ്ഥിരബുദ്ധി ഇല്ലാത്ത വകയാണല്ലോ."

കൂടുതൽ ചോദ്യങ്ങൾ ഇനിയും ഉണ്ടാവും എന്ന് ഭയന്നിട്ടാവണം മാധവേട്ടൻ ചാക്കുകൾക്കിടയിൽ മുഖം മറച്ചു.

തുടർച്ചയായി കതകിൽ മുട്ടുന്നതുകേട്ടാണ് കണ്ണുതുറന്നത്.

സ്ഥലകാലബോധം വീണ്ടുകിട്ടാൻ പിന്നെയും സമയമെടുത്തു.

ഇന്നലെ എപ്പോഴാണ് ഉറങ്ങിയത്? പുതച്ചിരുന്ന കരിമ്പടം മാറ്റി രണ്ടു കൈപ്പത്തികളും കണ്ണോടുചേർത്ത് പ്രാർത്ഥിച്ചെഴുന്നേറ്റു. വാതിൽ തുറന്നപ്പോൾ കണ്ട മുഖം, അമ്പിയുടേതായിരുന്നു. മാധ

വേട്ടനിൽ നിന്നും വിവരമറിഞ്ഞുള്ള വരവാണെന്നു തോന്നുന്നു.

“നീയെന്താ പതിവില്ലാതെ ഇത്ര രാവിലെ?”

ചോദ്യം കേട്ട് അമ്പരന്ന് തന്റെ മുഖത്തേക്കും മുറ്റത്തെ ചുട്ടുപൊള്ളുന്ന വെയിലിലേക്കും മാറി മാറി നോക്കുന്ന അമ്പിയെ അവഗണിച്ച് ഒരു കോട്ടുവായുമിട്ട് ഉമ്മറത്തിണ്ണയിൽ പോയി ഇരുപ്പുറപ്പിച്ചു.

“എടാ നീ വല്ലതും കഴിച്ചോ?” വിയർപ്പിന്റെ രൂക്ഷഗന്ധം അമ്പിയുടെ സാന്നിധ്യം വിളിച്ചറിയിച്ചു.

“എന്താടാ പറ്റിയെ, നീയെന്താ ഇപ്പൊ കർമ്മങ്ങൾക്കൊന്നും വരാത്തെ?” പരുപരുത്ത അവന്റെ കൈത്തലങ്ങൾ ചുമലിൽ അമർന്നതറിഞ്ഞിട്ടും അകലങ്ങളിൽ നിന്നും ദൃഷ്ടി പറിച്ചെടുക്കാൻ തോന്നിയില്ല. മുമ്പ് ആത്മാവ് മാത്രമേ നഷ്ടമായിരുന്നുള്ളൂ. ഇപ്പൊ മനസ്സും നഷ്ടമായിരിക്കുന്നുവെന്ന് എങ്ങനെ പറയും?

“ഡാ, നീ കേൾക്കണുണ്ടോ? എന്തെങ്കിലും കഴിച്ചാരുന്നോ?”

അവൻ വിടാനുള്ള മട്ടില്ല. അകലങ്ങളിൽ തന്നെ ദൃഷ്ടി പതിപ്പിച്ച് അലസമായി പറഞ്ഞു,

“ഉം ... കഴിക്കണം.”

ആത്മാക്കളുടെ വിശപ്പടക്കിയടക്കി സ്വയം വിശപ്പ് അറിയാതെ പോയിരിക്കുന്നുവെന്ന് പറഞ്ഞാൽ ഇവന് മനസിലാവുമോ?

പിന്നെയും അവനെന്തൊക്കെയോ ചോദിക്കുന്നുണ്ടായിരുന്നു.

അങ്ങകലെ പാതയോരത്തുകൂടെ അമ്മയുടെ സാരിത്തുമ്പിൽ പിടിച്ച് തുള്ളിച്ചാടി നീങ്ങുന്ന ഒരു കൊച്ചുസുന്ദരിയിലായിരുന്നു, അപ്പൊ കണ്ണും മനസും. പിന്നെങ്ങനെ അവൻ പറയുന്നത് ശ്രദ്ധിക്കും? ഒരിക്കലും ഇത്തരമൊരു ഭാഗ്യം തനിക്ക് കിട്ടിയിരുന്നില്ല.

അമ്മയ്ക്ക് എപ്പോഴും തിരക്കായിരുന്നു.

വല്യമ്മേടെ അടുക്കളയിലെ പണി കഴിഞ്ഞാൽ മുറികൾ വൃത്തിയാക്കും. പിന്നെ തുണി കഴുകലായി. രാവിന്റെ അന്ത്യയാമങ്ങളിലെപ്പോഴോ നെറുകയിൽ വീഴുന്ന കണ്ണുനീർത്തുള്ളി അമ്മയാണെന്ന് തിരിച്ചറിഞ്ഞിരുന്നു.

ശുഷ്കിച്ച കൈകൾ മുടിയിഴകൾ തലോടുന്നുണ്ടാവും. പാതിയുറക്കത്തിൽ ചില ദിവസങ്ങളിൽ കഥ പറയാൻ താൻ ആവശ്യപ്പെടാറുണ്ട്. അപ്പോ അമ്മ ഒരു കഥ പറയും, ജീവിതത്തിൽ വിഡ്ഢിവേഷം കെട്ടിയാടിയ ഒരു ബ്രാഹ്മണകന്യകയുടെ കഥ. ചുറ്റും അടക്കിപ്പിടിച്ച് പറയുന്ന പരിഹാസങ്ങളിൽ അമ്മയ്ക്ക് പറ്റിയ അബദ്ധം താനായിരുന്നുവെന്ന് തിരിച്ചറിയാനുള്ള പക്വത അപ്പോൾ

സ്വന്തമായിട്ടില്ലായിരുന്നു.

സമ്പത്തിന്റെയും ബന്ധുബലത്തിന്റെയും നടുവിൽനിന്നും ഇഷ്ടപ്പെട്ട പുരുഷന്റെ കൈപിടിച്ചു ഇറങ്ങുമ്പോൾ അമ്മയൊരിക്കലും കരുതിയിട്ടുണ്ടാവില്ല പരാജയത്തിലേക്കാണ് യാത്ര എന്ന്.

അച്ഛനെക്കുറിച്ച് ചോദിച്ചപ്പോഴൊക്കെ അമ്മയുടെ നിറഞ്ഞു കവിയുന്ന കണ്ണുകളാണ് ഉത്തരം തന്നത്.

തന്റെ വിശപ്പടക്കാൻ ബന്ധുവീട്ടിൽ അടുക്കളക്കാരിയായി കൂടേണ്ടിവന്ന അമ്മയുടെ വേദനകൾ കാണാതിരിക്കാനാണ് പകൽ സമയം മുഴുവൻ പുഴയോരത്തും കന്നുകാലികളെ മേയ്ക്കുന്ന താഴ്വാരത്തുമൊക്കെ കറങ്ങിനടന്നത്. പിഴച്ചുണ്ടായ സന്തതിയെ കൂടെക്കൂട്ടാൻ സൗഹൃദങ്ങൾ തയ്യാറുമായിരുന്നില്ല.

പതിവുതെണ്ടലുകൾക്കൊടുവിൽ ഒരു ദിവസം വൈകുന്നേരം അമ്മയ്ക്കും തനിക്കുമായി തല ചായ്ക്കാൻ അനുവദിച്ചുകിട്ടിയിരുന്ന ചായ്പിന്റെ വാതിൽക്കലോളം ചെല്ലുമ്പോൾ കണ്ട കാഴ്ച, ഇപ്പോഴും ഒരുൾക്കിടിലത്തോടെയല്ലാതെ ഓർക്കാൻ വയ്യ.

മച്ചിലെ തടിയിൽ മേല്മുണ്ടുകൊണ്ട് തീർത്ത കുരുക്കിൽ തൂങ്ങിയാടുന്ന അമ്മ.

ആ ശരീരത്തിലെ അവസാന ചലനവും നിലച്ചിരുന്നു.

കൈകൾ മാത്രം ഒരല്പം മുന്നോട്ട് നീട്ടിപ്പിടിച്ചിരുന്നു.

ഒരുപക്ഷേ തളർന്നെത്തുന്ന തന്നെ മാറോടുചേർക്കാൻ അമ്മ ആ നിമിഷത്തിലും ആഗ്രഹിച്ചിട്ടുണ്ടാവും.

എത്രനാൾ ആ ചായ്പ്പിനകത്ത് ഇരുളും വെളിച്ചവുമില്ലാതെ കഴിച്ചുകൂട്ടിയെന്നറിയില്ല.

ഉമ്മറത്തിണ്ണയിലെ ചാരുകസേരയിൽ അമ്മയുടെ ശരീരത്തെ കൊത്തിക്കുടയാറുണ്ടായിരുന്ന കഴുകൻകണ്ണുകളും അമ്മ പോയ ദിവസം താനെത്തുമ്പോഴേക്കും ഓടിയകന്ന ഒരു നിഴലും ഉറക്കം കെടുത്തിക്കൊണ്ടേയിരുന്നു. ഒടുവിൽ ഒരു രാത്രിയിൽ ആരോടും പറയാതെ ഇറങ്ങി നടന്നു.

അല്ലെങ്കിലും ആരോടു യാത്രപറയാൻ?

അകലെ നാൽക്കവലയിൽ വിശ്രമിക്കാറുള്ള കൃഷ്ണന്റെ പടമുള്ള മുഷിഞ്ഞ തുണിസഞ്ചിയായിരുന്നു ചിന്തകളിൽ നിറഞ്ഞുനിന്നത്.

സഞ്ചി പിടിച്ചിരുന്ന ആ കൈകൾ, അദ്ദേഹത്തിന്റെ മുഖം...

പകലുകളിൽ തെണ്ടലുകൾക്കിടയ്ക്ക് ശ്രദ്ധിച്ചുതുടങ്ങിയതായിരുന്നു, അദ്ദേഹത്തെ. കണ്ടിട്ടില്ലാത്ത അച്ഛന്റെ മുഖത്തോടു ചേർ

ത്തുവച്ചു വായിക്കാനുള്ള ധൈര്യംവരെ ആ ബന്ധം നീണ്ടുപോയി. എന്തുപണിയാണ് ആൾ ചെയ്യുന്നതെന്നോ, എവിടെയാണു വീടെന്നോ ആരൊക്കെയുണ്ടെന്നോ ഒന്നും അറിയുമായിരുന്നില്ല.

കബനീനദിയുടെ തീരങ്ങളിൽ കത്തിയെരിയുന്ന ഹോമകുണ്ഡങ്ങൾ ആത്മാക്കൾക്ക് മോക്ഷം കൊടുക്കാനുള്ളവയാണെന്നു ഒരിക്കൽ അമ്മ പറഞ്ഞുമനസിലാക്കി തന്നിരുന്നു.

ഹോമകുണ്ഡങ്ങൾക്കുമപ്പുറം നിർവ്വികാരതയുടെ മൂടുപടമണിഞ്ഞ് ആ മുഖം കണ്ടിട്ടുണ്ട്.

ഉരുട്ടിവച്ച ബലിച്ചോറുണ്ണുന്നതും പിന്നീട് പരികർമ്മി പുരട്ടിക്കൊടുത്ത എണ്ണ ശിരസ്സിൽ തടവി നദിയിൽ മുങ്ങിനിവരുന്നതും ശ്രദ്ധിച്ചിട്ടുണ്ട്.

പ്രതിഫലമായി കിട്ടുന്ന അടയ്ക്കയും വെറ്റിലയും ഒരുപിടി അരിയുമാണ് ആ സഞ്ചിക്കുള്ളിൽ എന്നും തിരിച്ചറിഞ്ഞിട്ടുണ്ട്.

പിന്നാലെ എന്തിനെന്നറിയാതെ കല്മണ്ഡപത്തോളം അനുയാത്ര ചെയ്യുന്ന തനിക്ക് ഒരു മിഠായിയും അതിലും മധുരമുള്ളൊരു പുഞ്ചിരിയും സമ്മാനിക്കാൻ അദ്ദേഹമൊരിക്കലും മറന്നിരുന്നില്ല.

കപടതകളുടെയും സ്വാർത്ഥതയുടെയും താൻപോരിമയുടെയും ലോകത്ത് നിഷ്കളങ്കതയുടെ പുഞ്ചിരി ആ മുഖത്ത് മാത്രമേ കാണാൻ കഴിഞ്ഞുള്ളു എന്ന ബോധമാകണം ആ രാത്രിയിൽ കാലുകളെ മണ്ഡപം ലക്ഷ്യമാക്കി നടക്കാൻ പ്രേരിപ്പിച്ചത്.

“ഉണ്ണീടെ അമ്മേടെ ആത്മാവിന്റെ വിശപ്പ് ശമിപ്പിക്കാൻ ഈ വൃദ്ധന് കഴിഞ്ഞില്ല്യാല്ലോ കുട്ട്യേ” എന്നുപറഞ്ഞ് ചേർത്തുപിടിക്കുമ്പോ ആ കണ്ണുകൾ നിറഞ്ഞുകവിയുന്നത് കണ്ടിരുന്നു.

പിന്നങ്ങോട്ട് ആ നിഴലിൽ ചവിട്ടിയായിരുന്നു യാത്ര.

എന്നും എപ്പോഴും ആ കൈകൾ തന്നെ ചേർത്തുപിടിക്കാൻ ശ്രമിച്ചിരുന്നു. വളർച്ചയുടെ ഘട്ടത്തിൽ, കാലം, അദ്ദേഹത്തിന്റെ തൊഴിലിന്റെ അർത്ഥതലങ്ങളിലേക്ക് തന്നെ കൂട്ടിക്കൊണ്ടുപോവുകയും ചെയ്തു.

ഹൈന്ദവവിശ്വാസപ്രകാരം മരണശേഷം ദേഹം വേർപെടുന്ന ദേഹിക്ക് പ്രേതഭാവമുണ്ടാകും. ഈ പ്രേതഭാവം മാറ്റി ആത്മാവിന്റെ വിശപ്പും ദാഹവും ശമിപ്പിച്ച് വൈതരണി കടത്തിവിടുന്ന ചടങ്ങാണ് പുണ്യോദകം. അത് പുത്രനോ അല്ലെങ്കിൽ പുത്രതുല്യരോ ചെയ്യണമെന്നതും ആചാരം. ആത്മാവിനു നേരിട്ട് ബലിച്ചോറുണ്ട് വിശപ്പും ദാഹവും ശമിപ്പിക്കാനാവില്ല. അതിനായി രൂപവും ഭാവവും വെടിഞ്ഞ ആത്മാവിനെ ആവാഹിക്കുന്ന ശരീരങ്ങളത്രേ

ശവുണ്ഡികൾ. നിർവ്വികാരതയിറ്റുന്ന കണ്ണുകളോടെ ഏതൊക്കെയോ ആത്മാക്കൾക്കുവേണ്ടി സ്വയം ആത്മാവ് നഷ്ടപ്പെടുത്തിയ ഹതഭാഗ്യർ.

എന്തുകൊണ്ടോ സ്വന്തം തൊഴിലിലേക്ക് അദ്ദേഹമൊരിക്കലും തന്നെ വലിച്ചിഴച്ചില്ല. പക്ഷേ, മന്ത്രതന്ത്രങ്ങളും പൂജാവിധികളും യഥാവിധി അഭ്യസിച്ചിട്ടും ശവുണ്ഡിയുടെ വളർത്തുമകന് ശാന്തിപ്പണി നൽകാൻ ആരും തയ്യാറായില്ല.

വാർദ്ധക്യം ക്രൂരതകൾ നടമാടിയ ശരീരത്തെ കാവലാൾ എന്നപോലെ അനുയാത്ര ചെയ്യുക മാത്രമായി തന്റെ കർമ്മം.

ഒരുദിവസം കബനീനദിയിൽ മുങ്ങിനിവരാൻ പോയ ആ ശരീരം ആത്മാക്കൾക്കൊപ്പം ഒഴുകിപ്പോയി. വിധി ക്രൂരതകൾ അവസാനിപ്പിച്ചിട്ടില്ലെന്നു തിരിച്ചറിഞ്ഞത് അപ്പോഴാണ്.

വീണ്ടും ഏകാന്തതയുടെ ലോകത്തായി താമസം.

പതിവില്ലാത്ത ബഹളം കുടിലിനു മുന്നിൽ കേട്ട ഒരു ദിവസം..

അന്ന് വിധി പുതിയ നാടകത്തിനു തുടക്കം കുറിക്കുകയായിരുന്നു. സ്ഥലത്തെ അറിയപ്പെടുന്നൊരാൾ മരണപ്പെട്ടു. പുണ്യോദകക്രിയകൾക്ക് പങ്കുപറ്റാൻ ശവുണ്ഡിയെ കിട്ടിയില്ലെന്ന് തടിച്ചു കൂടിയ ആൾക്കാരുടെ സംസാരത്തിൽനിന്നും മനസിലായി.

കൂട്ടത്തിൽ പ്രായംചെന്ന ആഢ്യത്തമുള്ള ഒരാൾ അടുത്തേക്കു വന്ന് തോളിൽ കൈ വച്ചു, “മുനിസ്വാമിയുടെ വളർത്തുമകന് ഒന്നും പറഞ്ഞുതരേണ്ട ആവശ്യമില്ല്യാല്ലോ, വരിക.”

ഒന്നും മറുപടി പറയാനായില്ല, അനുഗമിക്കാനല്ലാതെ.

അവിടെ പുതിയ വഴിത്തിരിവുണ്ടാവുകയായിരുന്നു, ജീവിതത്തിൽ. ആരോടും പരിഭവം തോന്നിയില്ല, പരാതിയും.

ചതിയുടെയും വഞ്ചനയുടെയും ലോകത്ത് ആത്മാക്കളുടെ കൂട്ടുതന്നെയാണ് നല്ലത് എന്ന് മനസ് തിരിച്ചറിഞ്ഞിട്ടുണ്ടാവണം.

കാലം പിടിതരാത്ത യാഗാശ്വത്തെപ്പോലെ ഭ്രാന്തമായ വേഗതയിൽ സഞ്ചരിച്ചുകൊണ്ടേയിരുന്നു.

എത്രയെത്ര ആത്മാക്കൾ വിശപ്പടക്കാൻ ശരീരത്തിലൂടെ കയറിയിറങ്ങി പോയിരിക്കുന്നു.

കഴിക്കുന്ന ബലിച്ചോറിന്റെ രുചി അറിയാതിരുന്നതും ആത്മാക്കൾക്കുവേണ്ടിയുള്ളതാണെന്ന ബോധം ഉള്ളിൽ ഉണ്ടായിരുന്നിട്ടാവണം. ആദ്യമൊക്കെ പേടിയായിരുന്നു.

പരികർമ്മിയുടെ നാവിൽനിന്നും ‘പ്രേത’ എന്ന വാക്കു കേൾക്കുമ്പോഴൊക്കെയും ശരീരം ചെറുതായി വിറച്ചിരുന്നു.

ആത്മാവ് ആവേശിച്ചിട്ടാണെന്നു കരുതിയിട്ടുണ്ടാവണം എല്ലാവരും. പേടിച്ചിട്ടാണെന്നു തനിക്കുമാത്രമല്ലേ അറിയൂ?

ഉറക്കം വരാത്ത രാത്രികൾ.

അരികത്ത് ആരെങ്കിലും കിടപ്പുണ്ടോ?

വാതിലുകൾ തന്നെ തുറക്കുന്നുണ്ടോ?

ഒരു പാദസരത്തിന്റെ ഒച്ച കേൾക്കുന്നുണ്ടോ?

ആരെങ്കിലും പതിയെ ചിരിക്കുന്നുണ്ടോ?

പാലപ്പൂവിന്റെ ഗന്ധം പരക്കുന്നുണ്ടോ?

ചിന്തകൾ ബോധമണ്ഡലത്തെ കാർന്നുതിന്ന് ഉറക്കത്തെ അകറ്റിനിർത്തി.

കബനീനദിയിൽ മുങ്ങിനിവരുമ്പോൾ ശരീരത്തിൽ ആവേശിച്ച ആത്മാവ് തൃപ്തിയോടെ ഒലിച്ച് പോകുമെന്നും വൈതരണി താണ്ടി മോക്ഷപദം പ്രാപിക്കുമെന്നും വിശ്വാസം.

ഓരോ തവണ മുങ്ങിനിവരുമ്പോഴും ശരീരം ഭാരമൊഴിഞ്ഞതുപോലെ തോന്നിയിരുന്നത് ഒരുപക്ഷേ ഈ ചിന്തകൾ മനസ്സിനെ അടക്കിഭരിച്ചിട്ടാവണം.

കാറും കോളും അടങ്ങി പിന്നെയെപ്പൊഴോ ചിന്തകൾ ശാന്തമായി, മനസ്സും. അതിഥിയായി വന്ന നിർവികാരത ഉള്ളിന്റെയുള്ളിൽ സ്ഥിരതാമസമാക്കി. ആത്മാക്കൾക്കുവേണ്ടി മാറിമാറി കൂടൊരുക്കിക്കൊണ്ടേയിരുന്നു. അവർക്കുവേണ്ടി ഭക്ഷിച്ചു, അവർക്കുവേണ്ടി സ്നാനം ചെയ്തു... ചിന്തകൾ കൂടുകെട്ടിയ ലോകത്ത് വിഹരിച്ചിട്ടാവണം അമ്പിയുടെ ചോദ്യങ്ങളും നിരാശയോടെയുള്ള മടക്കവും ഒന്നും അറിഞ്ഞതേയില്ല.

വാതിലിനപ്പുറത്തെ കുപ്പിവളക്കിലുക്കമാണു സ്വബോധത്തിലേക്ക് തിരിച്ചുകൊണ്ടുവന്നത്. പതിയെ എഴുന്നേറ്റ് അകത്തേക്ക് നടന്നു. വാതിൽ കടക്കുമ്പോൾ പറഞ്ഞു, "നീ എവിടെയെന്നു ഇപ്പൊ ഓർത്തതേയുള്ളൂ."

"ഉം, ഞാൻ കാരണം......" മുത്തുമണികൾ കിലുങ്ങുന്നതുപോലെ... അവൾ സംസാരം പാതിയിൽ നിർത്തി.

"ഹേയ്, നീയൊന്നുമല്ല്യാ, ഞാൻ... ഞാനിങ്ങനെയൊക്കെയാണ്. ചിലപ്പോ കർമ്മങ്ങൾക്ക് പോകും. ചിലപ്പോ പോകില്ല്യാ.."

തിടുക്കത്തിൽ കട്ടനിട്ടു. കലം കഴുകി വെള്ളം വച്ച് അരിയുമിട്ടു.

"കഞ്ഞി കാലാകുമ്പോ കഴിച്ചോളൂട്ടോ, ഞാൻ വരാനല്പം വൈകും.."

വേഷംമാറി പുറത്തേക്കിറങ്ങി ഗേറ്റ് കടക്കുമ്പോ വെറുതെയൊ

ന്നു തിരിഞ്ഞുനോക്കി. വാതിൽപ്പാളിയിൽ കുപ്പിവളയിട്ട നീണ്ടവിരലുകളുള്ള ആ കൈകൾ... എന്തിനോ ചുണ്ടിൽ ഒരു പുഞ്ചിരി മിന്നിമാഞ്ഞു. തന്നെയും കാത്തിരിക്കാനൊരാൾ...

വെയിലിന്റെ ചൂട് ശല്യപ്പെടുത്താത്തത് അവളുടെ ചിന്തകളുടെ കുളിരു കുട പിടിച്ചിട്ടാവും. മനസ്സിനു ലക്ഷ്യമില്ലായിരുന്നെങ്കിലും പാദങ്ങൾക്കതുണ്ടായിരുന്നു.

കബനീനദിയുടെ തീരത്താണ് അവ വിശ്രമിച്ചത്.

ചുട്ടുപൊള്ളുന്ന മണൽപ്പരപ്പിലിരുന്നു... സൂര്യന്റെ ചൂടിൽ വായുവിലേക്കുയർന്നു നൃത്തം വയ്ക്കുന്നുണ്ടോ നദിയുടെ കുഞ്ഞലകൾ? അതോ ഒക്കെയും തന്റെ തോന്നലുകളാണോ?

ഇതുപോലൊരു തോന്നലിന്നൊടുവിലാണ് അവൾ ജീവിതത്തിലേക്ക് കടന്നുവന്നത്. മനസ് മരവിച്ച കർമ്മങ്ങൾ. ഉറക്കത്തിലെന്നപോലെയാണ് പരികർമ്മിക്ക് മുന്നിലിരിക്കുന്നത്.. അബോധത്തിനും ബോധത്തിനുമിടയിലെ നൂൽപ്പാലത്തിലൂടെയുള്ള സഞ്ചാരം.

ഇടയ്ക്കൊരു ദിവസം യാദൃച്ഛികമായിട്ടാണ് ഒരു തേങ്ങൽ കേട്ടത്. ബന്ധുക്കളുടേതാകും എന്ന ചിന്തയിൽ ആദ്യം അത് അവഗണിച്ചു. പക്ഷേ, തൊട്ടടുത്ത് വീണ്ടും വീണ്ടും മൺപാത്രം വീണുടയുംപോലെ ആ തേങ്ങൽ ആവർത്തിച്ചപ്പോൾ പാതിയടഞ്ഞ കണ്ണുകൾ തുറന്നുനോക്കി. അടുത്തെങ്ങും ബന്ധുക്കളെ കണ്ടെത്താനുമായില്ല .

പിന്നെ ആരാണ്....?

കണ്ണുകൾ തുറന്നുപിടിച്ചു. അധികം തിരയേണ്ടി വന്നില്ല.

ഹോമകുണ്ഡത്തിനടുത്ത് അവിടവിടെ പിച്ചിക്കീറിയ ചുവന്ന ചേലചുറ്റി അഴിഞ്ഞുലഞ്ഞ കേശഭാരവുമായി ഒരു പെൺകുട്ടിയിരിക്കുന്നു. ഉയർത്തി മടക്കിവച്ച കാൽമുട്ടുകളിൽ കൈകൾകൊണ്ട് താങ്ങുണ്ടാക്കി അതിലവൾ സ്വന്തം മുഖം മറച്ചിരിക്കുന്നു.

കർമ്മം തീരുവോളം മൗനം അവലംബിക്കേണ്ടവനാണെന്നു അറിഞ്ഞുകൊണ്ടുതന്നെ ചോദിച്ചു, “ആരാ... എന്താ...?”

മറുപടിക്ക് നിരാശയനുഭവിച്ചപ്പോൾ ചോദ്യം ഒന്നുകൂടെ ശക്തമാക്കി.

“ആരാണ്... ചോദിച്ചത് കേട്ടില്യെ? കുട്ടിയെന്തിനാ കരേണെ?”

അവൾ മുഖമുയർത്തി ഒന്നുനോക്കി. നെഞ്ചിനുള്ളിലൂടെ ഒരു വൈദ്യുതതരംഗം പാഞ്ഞുപോയതുപോലെ തോന്നി.

കരഞ്ഞുകലങ്ങിയ കണ്ണുകൾ... മാഞ്ഞുകിടക്കുന്ന കുങ്കുമം ..

കവിളിലും നെറ്റിയിലും കഴുത്തിലുമൊക്കെ നഖക്ഷതങ്ങൾ..

ചുണ്ടുകൾ കരിനീലിച്ച് നീര് വച്ചിരിക്കുന്നു..

അകലേക്ക് നോക്കി അവൾ പറഞ്ഞു, “ഞാൻ ഗൗരി.”

“കുട്ടി എന്താ ഇവിടെ...?” വിടാൻ ഭാവമില്ലാതെ താനും.

“ഞാൻ... എന്നെയാണ് അങ്ങിപ്പോ അങ്ങയിലേക്ക് ആവാഹിക്കുന്നത്...” അറിയാതെ ഉടലൊന്നു വിറച്ചു.

ഇങ്ങനൊരു അവസ്ഥ സ്വപ്നംകണ്ട് ഉറങ്ങാതിരുന്ന എത്രയെത്ര രാത്രികൾ... ഇപ്പൊ ഇതാ അത് യാഥാർഥ്യമായിരിക്കുന്നു.

കുറച്ചുനേരത്തേക്ക് ഒന്നും മിണ്ടാൻ കഴിഞ്ഞില്ല.

ആത്മാക്കളോട് മൗനം മാധ്യമമാക്കി സംസാരിക്കാമല്ലോ.

“കുട്ടിയെങ്ങനെ.... ഇവിടെ...?”

ചോദ്യത്തിന്റെ ബാക്കി വിഴുങ്ങേണ്ടിവന്നു.

നീണ്ടു നിന്നൊരു തേങ്ങലായിരുന്നൂ, മറുപടി.

ഒടുവിൽ ആ തേങ്ങൽ നേർത്തുനേർത്ത് ഇല്ലാതായപ്പോൾ അവൾ സംസാരിച്ചു, ചിലമ്പിച്ച ശബ്ദത്തിൽ..

തഞ്ചാവൂരിനടുത്തുള്ള ഒരു ഊരുഗ്രാമത്തിലെ യജമാനന്റെ പൊന്നോമനപുത്രി. അമ്മയില്ലാത്ത ദുഃഖം അറിയിക്കാതെ അവളെ പൊന്നുപോലെ അദ്ദേഹം വളർത്തി. സമ്പത്തും ഐശ്വര്യവും ബന്ധുബലവും സൗന്ദര്യവും ഒക്കെക്കൊണ്ട് വേണ്ടുവോളം അനുഗ്രഹിക്കപ്പെട്ടിരുന്നൂ അവൾ. അഗ്രഹാരത്തിന്റെ കോലമെഴുതിയ തെരുവീഥികളിലൂടെ ഒരു പൂമ്പാറ്റയെപ്പോലെ അവൾ ഓടി നടന്നു.

ഒരിക്കൽ കുളികഴിഞ്ഞ് കടവിലെ പടവുകൾ കയറുമ്പോൾ തന്നെത്തന്നെ ഇമവെട്ടാതെ നോക്കി നിൽക്കുന്ന സുമുഖനായ ഒരു ചെറുപ്പക്കാരന്റെ കണ്ണുകളിൽ നിന്നുമാണ് തന്റെ ബാല്യം യൗവനത്തിനു വഴിമാറിക്കൊടുത്ത വിവരം അവൾ വായിച്ചെടുത്തത്. അകലെയെങ്ങുനിന്നോ ജോലി തേടിവന്ന ചെറുപ്പക്കാരൻ.

അവഗണനയിൽ നിന്നും അവളുടെ മനസ് കൗതുകത്തിലേക്ക് ചുവടുമാറ്റിയത് അവൾ പോലും അറിയാതെയായിരുന്നു. പിന്നെപ്പോഴോ അതിനു പ്രണയത്തിന്റെ പരിവേഷവും ചാർത്തിക്കിട്ടി.

“നീ കൃഷ്ണശിലയാണ്.. ഞാൻ ശില്പിയും.. നീയെന്ന വിഗ്രഹത്തിന് രൂപം നൽകുകയാണ് ഞാനിപ്പോ.. പക്ഷേ, നിനക്ക് ദൈവികപരിവേഷം കൈവരുമ്പോൾ ഞാൻ തീണ്ടാപ്പാടകലത്തിലേക്ക് മാറ്റപ്പെടില്ലേ..?”

നെഞ്ചത്ത് മുഖമമർത്തി തന്റെ കരവലയത്തിൽ ഒതുങ്ങി നിൽക്കുന്ന അവളുടെ മുടിയിഴകളെ തലോടി അവൻ ചോദിച്ചു.

രോമനിബിഢമായ നെഞ്ചിൽ വിലപ്പെട്ടതെന്തോ തിരയുന്ന

തന്റെ കൈവിരലുകൾ പിൻവിളിക്കാതെ അവൾ അമർത്തിച്ചിരിച്ചു. ഉഗ്രവിഷമുള്ള സർപ്പങ്ങൾ കാവൽ നിൽക്കുന്ന കാവുകൾ അവരുടെ സമാഗമങ്ങൾക്ക് ശയ്യയൊരുക്കി സാക്ഷ്യം വഹിച്ചു. പോയ് വരാം എന്ന പാഴ്വാക്കിൽ പടി കടന്നുപോയ കാൽപാദങ്ങൾ തിരികെയെത്താൻ ഉമ്മറപ്പടിയിൽ നിലവിളക്ക് കെടാവിളക്കായെരിച്ചവൾ കാവലിരുന്നപ്പോൾ ഉള്ളിന്റെയുള്ളിൽ അവന്റെ ജീവന്റെ അംശം കൈകാലിളക്കുന്നുണ്ടായിരുന്നു.

സമൂഹത്തിന്റെ തീക്ഷ്ണതയേറിയ ദൃഷ്ടിയിൽനിന്നും ഏറെക്കാലം ഒന്നും മറച്ചുപിടിക്കാനാവില്ല. സ്മാർത്തവിചാരങ്ങൾ അരങ്ങേറി.. നീതിവിസ്താരങ്ങൾക്കൊടുവിൽ അദ്ദേഹത്തിന് പൊന്നോമനപ്പുത്രിയെ നിറകണ്ണുകളോടെ ഊരുവിലക്കേർപ്പെടുത്തി നടതള്ളേണ്ടി വന്നു.

പുറമ്പോക്കിൽ അവിൽ വിൽക്കുന്ന വൃദ്ധയായൊരമ്മ അവൾക്ക് അഭയം കൊടുത്തു. വൈഷമ്യങ്ങൾ സഹിച്ച് കൊടുംവേദനയിൽ ഒരു കുഞ്ഞിനവൾ ജന്മമേകി. വിധി ക്രൂരതയുടെ കളികൾ അവസാനിപ്പിക്കാൻ തയ്യാറായിരുന്നില്ല.

അവളെയും കുഞ്ഞിനേയും ഒറ്റയ്ക്കാക്കി ആ അമ്മ ദൈവത്തിന്റെ വിളിപ്പുറത്തേക്ക് വിടവാങ്ങി. പിന്നങ്ങോട്ട് അവളുടെ രാവുകൾക്ക് നിദ്രയുടെ തണലുണ്ടായില്ല.

ഇളകിയാടുന്ന ചെറ്റപ്പുരയുടെ വാതിലിനുനേരെ തുറിച്ച കണ്ണുകളുമായി കുഞ്ഞിനേയും ചേർത്തുപിടിച്ചിരുന്നു നേരം വെളുപ്പിക്കാൻ അവൾ ശീലിച്ചു.

പുറത്തിറങ്ങിയാൽ കൊത്തിക്കീറുന്ന കണ്ണുകളും അശ്ലീലച്ചുവയുള്ള സംസാരങ്ങളും.

കണ്ണും കാതും മനസും കൊട്ടിയടച്ച് ഒരു ജീവിതം.

കുഞ്ഞിന്റെ പിതൃത്വം ചൂണ്ടിക്കാണിക്കാൻ കഴിയാത്തവൾ, പേരിനുപോലും ഒരു പുരുഷന്റെ തണലില്ലാത്തവൾ, കുടുംബബന്ധങ്ങൾ ഒറ്റപ്പെടുത്തിയവൾ... അവളെന്നും സമൂഹത്തിന്റെ കളിപ്പാവയാണ്.. ഒരിക്കൽ ഒരുത്തനു മുന്നിൽ ശരീരം കാഴ്ചവച്ചതുകൊണ്ട് അവളുടെ ശരീരത്തിലേക്കാണ് സമൂഹത്തിന്റെ വൃത്തികെട്ട കണ്ണുകൾ എപ്പോഴും ലക്ഷ്യം വയ്ക്കുക.

അവളോട് എന്തും ആവാം എന്ന മനോഭാവം..

ചോദിക്കാൻ അവകാശമുള്ള പുരുഷനില്ല, ബന്ധുക്കളുമില്ല..

പിന്നെന്തായിക്കൂടാ?

അളന്നു ചിട്ടപ്പെടുത്തിയ നാഴികവിനാഴികകൾക്കുമപ്പുറം അവൾ

ഭയപ്പെട്ടതുതന്നെ സംഭവിച്ചു. രാവിന്റെയിരുളിൽ ആ കുടിലിൽ നിന്നും കുറ്റിക്കാട്ടിലേക്ക് അവൾ വലിച്ചിഴയ്ക്കപ്പെട്ടു. കാമവെറിയുടെ പേക്കോലങ്ങൾ പുലരുവോളം നർത്തനമാടിയ ആ ശരീരം പുലർച്ചെ നിശ്ചേതനമായിരുന്നു..

കീറിപ്പറിഞ്ഞ ആ പെണ്ണുടലിനരികിൽ മുലപ്പാലിനായി മുറവിളി കൂട്ടുന്ന ഒരു കൊച്ചുകുഞ്ഞിന്റെ ചിത്രം ഹൃദയമുള്ളവരെ കരയിപ്പിച്ചുവെങ്കിലും സമൂഹത്തിന്റെ കണ്ണിൽ കണ്ണീരു വരുത്തിയില്ല.

മകളുടെ ദാരുണമായ അന്ത്യം ഒരുപക്ഷേ ആ പിതാവിനെ ഒരു മനംമാറ്റത്തിന് പ്രേരിപ്പിച്ചിരിക്കണം. എതിർപ്പുകൾ മറികടന്നു മകളുടെ ശരീരം വിധിപൂർവ്വം ദഹിപ്പിക്കാനും മകളുടെ കുഞ്ഞിന്റെ ഉത്തരവാദിത്വം ഏറ്റെടുക്കാനും അദ്ദേഹം തയ്യാറായി.

പറഞ്ഞു തീർത്ത് അവൾ പൊട്ടിക്കരഞ്ഞു..

“ഞാൻ ചെയ്ത തെറ്റെന്തായിരുന്നു? ഒരാളെ വിശ്വസിച്ചതോ, അയാൾക്ക് ജീവിതം സമർപ്പിച്ചതോ...?”

അവൾ ചോദ്യങ്ങൾ ആവർത്തിക്കുമ്പോൾ കണ്ണുകൾ അങ്ങകലെ ഏതോ ബന്ധുവിന്റെ കൈയ്യിലിരുന്ന് കൈകാലുകൾ ഇളക്കുന്ന കുഞ്ഞിലായിരുന്നു..

അവനു തന്റെ ഛായ ഉണ്ടോ?

“നിനക്കായ് ഞാനെന്താണ് ചെയ്യേണ്ടത്?”

മൗനം വാചാലമായി..

“എനിക്ക് എന്റെ കുഞ്ഞിനെ വിട്ട് മടങ്ങുക വയ്യ. അങ്ങെന്നെ വൈതരണി കടത്തി വിടരുത്. ഒരമ്മയ്ക്ക് മോക്ഷത്തിലും വലുതാണ് മാതൃത്വം.”

മറുപടിക്ക് വാക്കുകൾ തിരഞ്ഞു.. ഇല്ല ഒന്നും പറയുക വയ്യ..

പരികർമ്മി ആവർത്തിച്ചാവർത്തിച്ച് ‘പ്രേത പ്രേത’ എന്നുപറഞ്ഞ് ആത്മാവിനെ തന്നിലേക്കാവാഹിക്കാൻ ശ്രമിക്കുന്നു..

കർമ്മങ്ങൾ പരിസമാപ്തിയിലോട്ടടുക്കുകയാണ്..

“എന്നിലേക്ക് പോന്നോളുക. ഞാൻ നിന്നെ ജലത്തിനു വിട്ടു കൊടുക്കാതിരിക്കാം, പോരേ?”എങ്ങനെയോ പറഞ്ഞൊപ്പിക്കുകയായിരുന്നു..

കുറച്ചുനേരം തന്നെത്തന്നെ നോക്കിയിരുന്നവൾ മെല്ലെ മെല്ലെ അലിഞ്ഞലിഞ്ഞ് ഇല്ലാതെയായി... അവൾ താനെന്ന കൂട്ടിലേക്കു ചേക്കേറിയിരിക്കുന്നു.. നെറുകയിൽ എണ്ണതൊട്ട് പരികർമ്മി ബലിച്ചോറു വിളമ്പി.. പതിവില്ലാതെ അന്നത്തെ ചോറിനു നല്ല രുചി തോന്നി...

ആസ്വദിച്ച് കഴിച്ചുവെന്നുതന്നെ പറയാം... സ്നാനത്തിനു നദിയിലിറങ്ങുമ്പോൾ ശിരസ്സ് പൂർണ്ണമായും മുങ്ങാതിരിക്കാൻ വളരെയധികം ശ്രദ്ധിച്ചു. അവളെ വിട്ടുകൊടുക്കരുതെന്ന് മനസിലിരുന്നു ആരോ പറയുന്നുണ്ടായിരുന്നോ? നാളുകൾ ഏറെ കഴിഞ്ഞുപോയിരിക്കുന്നു.. ജീവിതത്തിലെ അവിഭാജ്യഘടകമായി അവൾ മാറിയത് എങ്ങനെയായിരുന്നു?

ആദ്യമാദ്യം തന്നോടുണ്ടായിരുന്ന ഭയം മാറ്റി അവൾ തന്നിലേക്കു അവളുടെ സ്വാതന്ത്ര്യം മുദ്ര കുത്തിത്തരികയായിരുന്നു.

അവളില്ലാത്ത ഒരു നിമിഷത്തെക്കുറിച്ച് ചിന്തിക്കാൻപോലും കഴിയുന്നില്ല. നിലത്ത് പായ വിരിച്ച് കിടന്നവൾ എത്ര പെട്ടെന്നാണ് തന്റെ ഹൃദയത്തിനു മേലെ ഇടം കണ്ടെത്തിയത്. അവളെ നെഞ്ചോടുചേർത്ത് കിടത്തിയില്ലെങ്കിൽ ഇപ്പൊ ഉറക്കം വരില്ലെന്ന അവസ്ഥവരെ ആയിരിക്കുന്നു.

പ്രണയം, അതിന്റെ എല്ലാ ഭാവങ്ങളോടുംകൂടെ അവളെന്ന പെണ്ണിൽനിന്നും തന്നിലേക്ക് അനസ്യൂതം ഒഴുകിക്കൊണ്ടേയിരിക്കുന്നു.. വീടുവിട്ട് അല്ല, അവൾ അവളെവിട്ട് പുറത്തേക്ക് പോകാൻതന്നെ ഇപ്പൊ മടിയാണ്.. കർമ്മങ്ങൾക്ക് പോയാൽ തിരികെയെത്താനാണ് തിടുക്കം.. കാത്തിരിക്കാൻ ഒരാളുണ്ടെന്ന തോന്നൽ തന്നെ എത്ര സുഖമാണ്..

വഴിയേ നടന്നുപോകുന്ന പെണ്ണുങ്ങളെ അവൾ കാണെ നോക്കിനിൽക്കാനും അതുകണ്ട് അവളുടെ മുഖം ചുവക്കുന്നത് കാണാനും ഒരു പ്രത്യേക അനുഭൂതി തന്നെയാണ്. താനവൾക്ക് സ്വന്തം എന്ന് അടിവരയിട്ടുകൊണ്ടുള്ള അവളുടെ സ്വാർത്ഥത..

അവളുടെ മടിയിൽ തല ചായ്ച്ചുകിടക്കുമ്പോൾ ഈ ലോകത്തുള്ള ഒരു സമസ്യയും തന്നെ ബാധിക്കില്ലെന്ന വിശ്വാസമാണ്...

അവളിലെ സ്നേഹം നിറച്ച മനസ്സ് ഒരുപക്ഷേ ആരും കാണാതെ പോയത് തനിക്കുവേണ്ടിയായിരിക്കും..

ഈ ജന്മം മാത്രമല്ല ഇനിയുമെത്ര ജന്മങ്ങൾ പിറന്നാലും അവളെ വിട്ടുകൊടുക്കാൻ വയ്യ. ചിന്തയിൽ മുഴുകിപ്പോയ മനസിനെ വിളിച്ചുണർത്തിയത് അവൾ തനിച്ചാണെന്ന ബോധമായിരുന്നു..

ഉമ്മറപ്പടിയിൽ അവളെ കണ്ടപ്പോഴാണ് മനസ് ശാന്തമായത്..

അവളെയും ചേർത്തുപിടിച്ചു അകത്തേക്ക് നടക്കുമ്പോൾ ലോകത്തെ ഏറ്റവും വലിയ ഭാഗ്യവാൻ താനാണെന്ന് അഹങ്കാരം തോന്നിയിരുന്നു..

രാവു പുലർന്നതറിഞ്ഞില്ല. അല്ലെങ്കിലും അവൾ നെഞ്ചത്തു

നിന്നടർന്നു പോകുമ്പോഴാണ് ബോധം ഉണ്ടാകുന്നത്...

കണ്ണുകൾ തിരുമ്മിയെഴുന്നേറ്റു.. കുളി കഴിഞ്ഞ് ഈറനോടെ ചൂടു പറക്കുന്ന കാപ്പിയുമായി അവൾ മുന്നിൽ... ഇതിലും നല്ല കണി വേറെന്താണ്...

പ്രഭാതകർമ്മങ്ങൾ കഴിഞ്ഞ് വീടുപണികളിൽ വ്യാപൃതനായപ്പോഴാണ് കതകിൽ നിറുത്താതെയുള്ള മുട്ടു കേട്ടത്..

ആരെങ്കിലും കർമ്മങ്ങൾക്ക് വിളിക്കാൻ വന്നതാവും..

പ്രതീക്ഷ തെറ്റിയില്ല..

മുന്നിൽ പരികർമ്മിയുടെ സഹായി..

“ഗുരുനാഥൻ വിളിക്കാണ്. കർമ്മമുണ്ട്.”

“പോണം.” മനസ് പറഞ്ഞു..

ചെലവുകൾക്ക് ഉത്തരം വേണമല്ലോ.. വേഗം റെഡിയായി നടന്നു... പതിവുള്ള തിരിഞ്ഞുനോട്ടം മറന്നതുമില്ല. കബനീനദിക്കരയിലെത്തിയപ്പോൾ ഹോമകുണ്ഡം ഉയർന്നിരുന്നു. അഗ്നിക്ക് മുന്നിലിരുന്നിട്ടാണ് പരികർമ്മിക്ക് സമീപം നിൽക്കുന്ന ആളിനെ നോക്കിയത്.. ശരിക്കും ഞെട്ടി എന്നുതന്നെ പറയണം..

അവളുടെ അച്ഛൻ..

നോട്ടത്തിനു ചോദ്യഭാവം ഉണ്ടെന്നു മനസിലാക്കിയിട്ടാവണം പരികർമ്മി ആരോടെന്നില്ലാതെ പറഞ്ഞു, “മോക്ഷം കിട്ടീട്ടില്യാത്രേ കുട്ടിക്ക്... ശക്തമായ കർമ്മങ്ങൾ ചെയ്യേണ്ടിയിരിക്കുന്നു..”

എങ്ങനെ കിട്ടാൻ...? അവളിപ്പോ തനിക്കൊപ്പമല്ലേ..

വേണ്ട.. ഒന്നും വേണ്ട... അവളെ തന്നിൽനിന്നും പറിച്ചെടുക്കല്ലേ... മനസ്സ് വിലപിച്ചുകൊണ്ടേയിരുന്നു..

ഇരുന്നിടത്തുനിന്നും എഴുന്നേറ്റ് ഓടണമെന്നുണ്ട്.

പക്ഷേ, സാധിക്കുന്നില്ല... വയ്യ, അവളെ വിട്ടുകൊടുക്കാൻ വയ്യ... ദൈവമേ, ഇതെന്തൊരു പരീക്ഷണം... കൂടുതൽ ഹവിസ്സ് പകർന്ന് അഗ്നി ജ്വലിപ്പിച്ച് രക്തപുഷ്പങ്ങൾ അർപ്പിച്ച് പരികർമ്മി കർമ്മങ്ങൾ തുടങ്ങി.. കണ്ണുകൾ അങ്ങകലെ അടച്ചിട്ട തന്റെ കുടിലിനുനേരെ ആയിരുന്നു.. ഇവിടെ മന്ത്രങ്ങൾക്ക് ശക്തികൂടുന്നു..

ഏതു നിമിഷവും തന്റെ കുടിലിന്റെ വാതിൽ തുറക്കപ്പെടും..

അവൾക്ക് ഇവിടേക്ക് വരേണ്ടി വരും.. പ്രതീക്ഷകൾ തെറ്റിയില്ല.

അതാ തന്റെ കുടിലിന്റെ വാതിൽ ആരോ തള്ളിത്തുറന്നതുപോലെ... അകത്തുനിന്നും പൊട്ടിക്കരച്ചിലോടെ അവൾ ഓടി വരുന്നുണ്ട്.. തനിക്കു മുന്നിൽനിന്ന് കിതപ്പോടെ അവൾ ചോദിച്ചു, “എന്നെ അങ്ങും ചതിക്കുകയാണോ...? എന്റെ സ്നേഹം അങ്ങേ

യ്ക്കും വേണ്ടാന്നായോ... വിട്ടുകൊടുക്കുകയാണോ വിധിക്ക്?"

കണ്ണുകൾ സാഗരം തീർക്കുന്ന കാഴ്ച...

"ഇല്ല... നിന്നെ വിട്ടു കൊടുക്കാൻവയ്യ.... നീയില്ലാതെ ഞാനുണ്ടോ ...വരൂ, എന്റെ നെഞ്ചോടു ചേർന്നുനിന്നോളൂ.. ഞാനെന്റെ കരങ്ങൾകൊണ്ട് നിന്നെ ചേർത്തുപിടിച്ചുകൊള്ളാം, ഒരു ശക്തിക്കും വിട്ടു കൊടുക്കാതെ.."

മന്ത്രങ്ങൾ മുറതെറ്റാതെ പരികർമ്മി ഉരുക്കഴിച്ചുകൊണ്ടേയിരുന്നു... അഗ്നിജ്വാലകൾക്ക് ശക്തി വർധിച്ചു.. അവൾ ഒരു കൊച്ചുകുഞ്ഞിനെയെന്നവണ്ണം അവനിൽ ഒട്ടിച്ചേർന്നിരുന്നു.. കർമ്മങ്ങൾക്കൊടുവിൽ ബലിച്ചോറു വിളമ്പി അവന്റെ മുന്നിൽ വയ്ക്കപ്പെട്ടു...

രുചിക്കാൻ തോന്നിയില്ല... വല്ലാത്ത ചവർപ്പ്..

തിരിഞ്ഞ് തുപ്പിക്കളഞ്ഞു.. ഇനി എണ്ണതൊടുന്ന ചടങ്ങാണ്..

സ്നാനത്തിനു കടവിലേക്ക് ഇറങ്ങാൻ പരികർമ്മിയുടെ നിർദ്ദേശം അശനിപാതം പോലെയാണ് ചെവിയിൽ പതിച്ചത്..

ഇതാ ആ നിമിഷം... വിട്ടുകൊടുക്കേണ്ടി വരും, തന്റെ പ്രിയപ്പെട്ടവളെ... നഷ്ടമായേക്കും എന്നുറപ്പുള്ളവയെ നെഞ്ചോടു ചേർത്തുപിടിക്കുന്ന കുഞ്ഞിനെപ്പോലെ അവനവളെ ചേർത്തമർത്തി, തന്നിലേക്ക്... ഓരോ പടവും ഇറങ്ങുമ്പോൾ അവളൊപ്പമുണ്ടെന്നു അവനുറപ്പു വരുത്തുന്നുണ്ടായിരുന്നു...

ഒടുവിൽ കമ്പനിയുടെ മാറിലേക്ക് മുങ്ങിനിവരുമ്പോൾ കരയിൽ നിന്ന് പരികർമ്മിയും സഹായിയും എണ്ണുന്നുണ്ടായിരുന്നു ...

ഒന്ന്, രണ്ട്, മൂന്ന്...

മൂന്ന്... മൂന്ന്...

"സുബ്രു...". ആരൊക്കെയോ ഒച്ചയിട്ടു...

"നദിയിൽ ഒഴുക്ക് കൂടുതലാണ്.."

"എങ്ങനെ ഇറങ്ങി തപ്പാനാണ്?"

ആരൊക്കെയോ പറയുന്നുണ്ടായിരുന്നു...

നിലവിളികളും ബഹളങ്ങളും തീരത്ത് തകൃതിയിൽ നടന്നു..

മുങ്ങൽ വിദഗ്ദ്ധർ വന്ന് അവന്റെ ചേതനയറ്റ ഉടൽ തീരത്തടുപ്പിച്ചു..

അപ്പോൾ അങ്ങകലെ ചക്രവാളം നോക്കി രണ്ടിണക്കുരുവികൾ പറന്നുപോകുന്നുണ്ടായിരുന്നു... ഇനിയൊരു ജന്മം ലക്ഷ്യംവച്ച്..!

൦൦

നവംബർ

*"The one person who will never leave us,
whom we will never lose, is ourself.
Learning to love our female selves is where
our search for love must begin."*

-bell hooks (Gloria Jean Watkins),
Communion: The Female Search for Love

11
ജലാശയങ്ങൾ പറയാതെ പറഞ്ഞത്

ഷെൽന വിജയ്

വർണക്കുടങ്ങൾ വയറുനിറക്കാൻ കാത്ത് നിന്നിരുന്ന ഒരുച്ച നേരത്താണ് മാരിയമ്മയെ ആദ്യമായി കാണുന്നത്. മൂന്ന് നാല് കുടങ്ങളുമായി പൊരിവെയിലിലും നിറഞ്ഞു ചിരിച്ചു നിന്നിരുന്ന എണ്ണക്കറുപ്പുള്ള ശ്രീ! കാലിൽ ചിലമ്പ് പോലുള്ള കല്ല് പാദസരവും അരയന്നം കൊത്തിയ വെള്ളക്കല്ല് മൂക്കുത്തിയും കൈയിൽ ചുവന്ന കുപ്പിവളകളും ഇട്ട മാരിയമ്മ. തമിഴ്സിനിമകളിൽ മാരിയമ്മയായി വരാറുള്ള കെ.ആർ. വിജയയെ ഒരുവേള ഞാൻ മനസ്സിൽ ഓർത്തു. സിനിമക്കാർ ഇവരെ കണ്ടിരുന്നുവെങ്കിൽ വിജയയുടെ മാരിയമ്മ ഫീൽഡ് ഔട്ട് ആയേനെ എന്നും.

ആ ഇടയ്ക്കാണ് മാറ്റമായി ഞാൻ അവിടേക്കെത്തിയത്. താൽക്കാലിക നിയമനമായത് കൊണ്ടുതന്നെ മൂന്ന് മാസത്തിൽ അധികം ഒരു സ്ഥലത്ത് ഉണ്ടാകാറില്ല. പാടവും കുളവും നിറഞ്ഞു നിന്നിരുന്ന നാട് വിട്ടു, വരണ്ടു ഉണങ്ങി ചാര നിറത്തിലുള്ള ഒരു പാലക്കാടൻ ഉൾനാടൻ പ്രദേശത്തെത്തിയപ്പോൾ സത്യത്തിൽ ഇവിടുന്നു എപ്പോൾ ഓടാം എന്ന ചിന്ത മാത്രമായിരുന്നു മനസ്സിൽ.

പൈപ്പിൽ വരുന്ന റേഷൻ പോലുള്ള തീർത്ഥജലം കാത്ത് നിൽക്കുന്നവർക്കിടയിൽ എന്റെ ഊഴത്തിനായി കണ്ണ് നീട്ടുമ്പോൾ, പാറയിൽ നിന്നും കിനിയുന്ന തണുത്ത വെള്ളമുള്ളൊരു കിണർ ഉള്ളിൽ തുടി കൊട്ടി. അടുക്കളയിൽ നിന്നും കോരാം വെള്ളം. ചെണ്ട പോലൊരു തുടിയുണ്ട്. അതിനുള്ളിൽ ഒരു പൊതിച്ച തേങ്ങ വലിപ്പത്തിൽ രണ്ടു മരഗോളങ്ങളും. കോരുമ്പോൾ ശബ്ദം ഉണ്ടാകും. ഉണ്ടാകണമത്രെ. അതെന്തിനാണെന്ന് അറിയില്ല. കിണറ്റിലെ വെള്ളം ഇളക്കി മാത്രമേ കോരാൻ പാടൂ. കോരിയ വെ

ള്ളം ഒരിക്കൽ കിണറ്റിലേക്ക് തന്നെ ഒഴിച്ചു. അത് തിരിച്ചു ഒഴിക്കരുത് എന്ന് അമ്മമ്മ പറഞ്ഞു തന്നു.

എല്ലാവരും ഉറങ്ങുന്ന നേരത്ത് കിണറിന്റെ കരയിൽ വന്ന് ഉള്ളിലേക്ക് നോക്കി നിൽക്കുമായിരുന്നു. അപ്പോൾ നീല വെള്ളത്തിനു മുകളിൽ സൊറ പറയാനെത്തുന്ന കണ്ണൻ മീനുകളേയും പരലുകളേയും കാണാൻ പറ്റും. സൂര്യന്റെ തെളിച്ചത്തിൽ അവയുടെ മുതുകിലെ നൂറുകണക്കിന് ചെതുമ്പലുകൾ വെട്ടി തിളങ്ങും. പരലുകളുടെ വെള്ളിയുടയാടകളെ നോക്കി അസൂയപ്പെട്ട് മുകളിൽ പാറുന്ന മാനത്തുകണ്ണികൾ നീങ്ങി പോകും. ശാന്തമ്മായിയുടെ മോതിരം കിണറ്റിൽ പോയ അന്നാണ് ആദ്യമായി മുത്തശ്ശൻ കിണർ തേവിച്ചത്. പാലാഴിമഥനസമയത്ത് ഓരോന്ന് പൊങ്ങി വന്ന പോലെ, അന്ന് കിണറ്റിൽ നിന്നും ഓരോന്ന് പൊന്തി വന്നു. അലുമിനിയം പാത്രങ്ങൾ, സ്പൂണുകൾ, ഗ്ലാസുകൾ... ഒരു ചെറിയ പാത്രക്കട തന്നെ. എന്റെ അനിയന്റെ മൃഗയാവിനോദത്തിന് പാത്രീഭൂതരായവരായിരുന്നു അവരൊക്കെയും. ഓർമ്മകളൊക്കെ ഒരു ടാപ് തുറന്നു വിട്ട പോലെ ഒഴുകിയൊഴുകി പുഴയാവുന്നതിനു മുൻപ് 'കുട്ടി തണ്ണി പിടിക്കേണ്ട ട്ടോ, നാനേ പിടിച്ച് താറേൻ' എന്ന ശബ്ദം ടാപ് ക്ലോസ് ചെയ്തു.

എന്റെ വിസമ്മതങ്ങളെ വീശിയടിക്കുന്ന പാലക്കാടൻ കാറ്റിനോപ്പം പറത്തി ബക്കറ്റുമായി അവൾ മുന്നിൽ നടന്നു. ചെരുപ്പില്ലാതെ ഈ ചുട്ടുപൊള്ളുന്ന റോഡിൽ അവൾ എങ്ങനെ ഇങ്ങനെ നടക്കുന്നു എന്ന് ഏന്തി വലിച്ചു അവൾക്കൊപ്പം എത്താൻ പാടുപെടുന്നതിനിടയ്ക്കു ഞാൻ അന്തിച്ചു.

'കുട്ടിക്ക് ഇവിടത്തെ ചൂട് അരിയില്ലല്ലോ... അതാണ് നാൻ കൊണ്ടന്നു തരാ പറഞ്ഞേ'... മാരിയമ്മയുടെ 'തമിഴാളം' കേൾക്കാൻ നല്ല രസമുണ്ട്. ഒരു നല്ലമ്മ പാട്ടിന്റെ ഈണം പോലെ.

അങ്ങനെ മാരിയമ്മ ഒരു കൂട്ടായി.

വീടുകൾ ഓരോന്നും മുള്ളുവേലികൾ കൊണ്ടാണ് അതിരിട്ടിരിക്കുന്നത്. കോഴിചൂട്ടയും കനകാമ്പരങ്ങളും ചുവന്ന റോസാപ്പൂ ചെടിയും മിക്കവാറും എല്ലാ വീട്ടിലെയും ഉമ്മറം അലങ്കരിക്കുന്നുണ്ട്. വേലിക്കപ്പുറം ആകാശം തൊടാൻ കൈയ്യെത്തി നിൽക്കുന്ന കരിമ്പന തലപ്പുകൾ. അങ്ങ് ദൂരെ കുന്നിൻ മുകളിൽ ചുവന്ന വരകൾ അണിഞ്ഞ വെളുത്ത കുമ്മായം പൂശിയ അമ്പലം. ഏതോ വീട്ടിൽ ഉഴുന്നുപരിപ്പ് വറക്കുന്ന മണം.

'വളയോസൈ... കല കല കലവെന

കവിതൈകൾ പടിക്കിത്...'

ഓർമകൾക്ക് പച്ചവളകിലുക്കം!

പന്ത്രണ്ട് മണിക്ക് മുൻപ് എൽ.പി സ്കൂളിന്റെ കോലൻ വരാന്തയിൽ നിറയുന്ന ചൂടുള്ള ഉപ്പുമാവിന്റെ മണം. ലക്ഷ്മിയമ്മയുടെ വലിയ ചിരട്ടക്കരണ്ടിയിൽ കോരി രാമന്റെയും അനന്തുവിന്റെയും പാത്രങ്ങളിൽ നിറയുന്ന മഞ്ഞ ഉപ്പുമാവ്. അതിങ്ങനെ കൈ കൊണ്ട് പീച്ചി കുഴച്ചു കുഞ്ഞുരുള ആക്കി ഉരുട്ടി വായിലേക്ക് ഇളം ചൂടിൽ ഇടണം!

ജനലിനരുകിൽ നിന്ന് വിദ്യയും ചുരുണ്ട മുടിക്കാരി ചന്ദ്രവല്ലിയും ചിരിക്കുന്നുണ്ടോ?

ആ!

'എന്തൊരാക്രാന്താടീ' എന്ന് അവര് കോറസ്സായി പറഞ്ഞിട്ടും കൂസലില്ലാതെ അവരുടെ ചോറ്റ്പാത്രത്തിൽ നിന്ന് അവർക്ക് കിട്ടുന്ന പങ്കിനെ കയ്യിട്ട് മാന്തി വാങ്ങിക്കഴിച്ചിരുന്ന 'ഉപ്മാ സ്വാദ്' പിന്നീടൊരിക്കലും എവിടെനിന്നും കിട്ടിയിട്ടില്ല. നന്ദിസൂചകമായി ഞാൻ തലയിൽ വെച്ച് പോകാറുള്ള കൈതപ്പൂവിൽ നിന്നും ഓരോ കഷ്ണം രണ്ടാൾക്കും കൊടുത്തിരുന്നു.

ചുരമിറങ്ങിയ കാറ്റ് ഉപ്മാവിന്റെ മണത്തെ കട്ട് എങ്ങോട്ടോ കൊണ്ടുപോയി. ചിലമ്പിന്റെ കനത്ത ശബ്ദം. മാരിയമ്മയാണ്. പ്ലാസ്റ്റിക് പെറുക്കാൻ പോകുന്ന പണിയാണ് അവൾക്ക്. കിലോമീറ്ററുകളോളം നടക്കും. അന്തിക്ക് വീടണയുമ്പോൾ പെറുക്കിയ പ്ലാസ്റ്റിക് ഒരു വലിയ മലയായി തലയിൽ കാണും. അഭിനവ 'ഗോവർദ്ധനോധാരിണി!'

എവിടെ നിന്നോ ഉള്ള വരവാണ്. നെറ്റിയിലെ ചുവന്ന കുങ്കുമം വിയർപ്പിലും തെല്ലിട മാറിയിട്ടില്ല. ചന്ദനക്കുറിയും.

'ക്ഷീണിച്ചോ മാരിയമ്മേ?'

പതിവ് പോലെ അവർ നിറഞ്ഞു ചിരിച്ചു.

'സൂട് കുട്ടീ.. താങ്കാൻ വയ്യ. റോഡ് വീതി കൂട്ടുന്നു പറഞ്ച് മരമായ മരമൊക്ക വെട്ടി കളഞ്ചു. ഒരെണ്ണം വളർത്തി അത് പോലെ ആക്കാൻ പറ്റുമോ?' സാരിത്തുമ്പെടുത്ത് മുഖവും കഴുത്തും തുടച്ച് മാരിയമ്മ ഇരുന്നു. 'വെള്ളം തരട്ടെ' എന്ന ചോദ്യത്തിന് 'വേണ്ട' എന്ന് കൈകൊണ്ട് ആംഗ്യം കാട്ടി.

'എവിടെന്നും ഒന്നും കഴിക്ക മാട്ടേൻ കുട്ടീ നാൻ. അത് സീലമാണ്. നാനീ പെറുക്കി നടക്കുന്നതല്ലേ? കുളിച്ചിട്ടേ ഇനി വല്ലതും കഴിക്കു. എനക്ക് പിടിക്കില്ല മോളെ. കുളിച്ചിട്ടേ പണിക്കിറങ്ങൂ.

കുളിച്ചിട്ടെ വീട്ടിൽ കേറൂ.'

കുടുംബത്തെക്കുറിച്ച് ചോദിച്ചപ്പോൾ മാരിയമ്മ ഒന്ന് നീങ്ങി ശരിക്കിരുന്നു. മൂന്ന് മക്കൾ. മൂത്തവൾ റ്റി.റ്റി.സി കഴിഞ്ഞു മധുരയിൽ. കല്യാണം കഴിഞ്ഞു സുഖമായി ഇരിക്കുന്നു. മകൻ എഞ്ചിനീയറിംഗ് കഴിഞ്ഞു. ജോലി ആയില്ല. ചെറുത് കമ്പ്യൂട്ടറിൽ പിജി ചെയ്യുന്നു.

'കുട്ടികൾ പഠിക്കണം മോളെ. ഈ കാലത്ത് നല്ല പടിപ്പ് വേണം. ഇല്ലാട്ടി കാര്യമില്ലെ. ഞാൻ പെറുക്കി വിസാരിച്ചിട്ട് മക്കൾ അങ്ങനെ പറ്റൂല. അതാ നാൻ അവരെ പഠിപ്പിച്ചത്.'

ചുറ്റും കുട ചൂടിയിരുന്ന ചൂട്കാറ്റ് മാരിയമ്മയെ പേടിച്ചു ഇറങ്ങിപ്പോയി. പച്ചയിൽ ചുവന്ന വരകളുള്ള പുടവ കാറ്റിനോട് കിന്നരിച്ച് നടന്നുനീങ്ങി. ഉള്ളിലെവിടെയോ മുഴങ്ങുന്ന തുടികൾക്കിടയിൽ മാരിയമ്മയും തണുത്ത ജലമുറയുന്ന കനിവിന്റെ പാറയായി.

പാലക്കാടൻ പൊരിവെയിലത്തും റോഡിന്റെ ഏത് കോണിലും കിടക്കുന്ന ഫിലിം റീലുകൾ കണ്ണിൽ പെടുമായിരുന്നു. റോഡിൽ ആരാധകരുടെ ആരവങ്ങളില്ലാതെ കിടന്നിരുന്ന ജയഭാരതിയും സീമയും അംബികയും രതീഷും വേണു നാഗവള്ളിയും. മഞ്ഞും മഴയും വെയിലും ചൂടും കൊള്ളാതെ എന്റെ തീപ്പെട്ടിക്കൂടുകൾക്കുള്ളിലേക്ക് സുരക്ഷിതരായി അവർ എത്തി. പൈപ്പ് വെള്ളം കാത്തു കിടന്നിരുന്ന കുടങ്ങളെപോലെ വെയിലത്ത് വാടിത്തളർന്നു കിടന്നിരുന്ന അഭ്രപാളിയിലെ നക്ഷത്രങ്ങൾ, അങ്ങനെ മഞ്ഞയിൽ ചുവന്ന ഇണക്കുരുവികൾ ചിത്രമായ തീപ്പെട്ടിയുടെ സ്ക്രീനിനു പിന്നിലേക്ക് ആശ്വാസത്തോടെ ഒതുങ്ങി.

പകൽ പരിസരം മുഴുവൻ ചുട്ട്പൊള്ളിച്ചിരുന്ന കാലത്താണ് സ്കൂളിൽ ജൂബിലി ആഘോഷങ്ങൾക്കുള്ള ഒരുക്കുമാനങ്ങൾ തുടങ്ങിയത്. സർവത്ര ഡാൻസിനും ഞാനുണ്ടായിരുന്നു. ദേവകി ടീച്ചറുടെ കണക്ക് ക്ലാസിൽ തത്കാലം തല്ലു കൊള്ളേണ്ടല്ലോ എന്നൊരാശ്വാസവും അതിലുണ്ടായിരുന്നു. ഏകദേശം രണ്ട് പീരീഡ് കഴിഞ്ഞാൽ റോഡിനോട് ചാരിയുള്ള മതിലിനപ്പുറത്തേക്ക് കണ്ണുകൾ നീളും. നീല നിറമുള്ള ഫോറിൻ കുട കാണുന്നുണ്ടോ? ഡാൻസ് ടീച്ചർ വരുന്നുണ്ടോ? 'മൂന്നാമത്തെ പിരീഡ് കണക്കാണ്ലോ ഈശ്വരാ' എന്ന് ഉള്ളഴിഞ്ഞു പ്രാർത്ഥിക്കും. ഇന്റർവെൽ കഴിഞ്ഞയുടൻ ഉള്ളിലെരിയുന്ന ചൂടിനെ ശമിപ്പിച്ചു ഡാൻസ് ടീച്ചർ എത്തും. തീപ്പെട്ടിക്കൊള്ളി കൊണ്ടു കുറി വരഞ്ഞു, കടുംനീല ട്രൗസറും ഇട്ട് അനന്തു മുന്നിൽ ഇരിക്കും. ഡാൻസ് കഴിഞ്ഞാൽ അവന്റെ

'ശരിയാക്കലുകൾ' ആണ്. എന്നെ പൊക്കി പൊക്കി അവൻ കല്ലടിക്കോടൻ മലപ്പൊക്കത്തിൽ നിർത്തുമായിരുന്നു. അത്കൊണ്ട്തന്നെ കൈക്കൂലിയായി, തലയിലെ കൈതപ്പൂമ്പൊടി മാത്രമല്ല ഞാൻ കഷ്ടപ്പെട്ട് സമ്പാദിച്ച, ആരും കാണാതെ മേശവലിപ്പിലെ തീപ്പെട്ടിപ്പെട്ടിയിൽ നിക്ഷേപിച്ച എന്റെ സ്വകാര്യസ്വത്തായിരുന്ന വെള്ളി നക്ഷത്രങ്ങളേയും അവന് കൊടുത്തു. 'ആരോടും പറയണ്ടാട്ടോ. നമ്മളോട് അസൂയ വരും, അവർക്കൊക്കെ' എന്ന കർശന നിർദ്ദേശവും. അവനത് കൃത്യമായി പാലിച്ചു.

കുംഭച്ചൂട് ഗ്രാമത്തിനെ വല്ലാതെ വരട്ടി തുടങ്ങിയിരുന്നു. വെള്ളം പൈപ്പിൽ നിന്ന് ലോറിയിലേക്ക് മാറ്റം മേടിച്ചു. ഒരു കുടം വെള്ളം നൂറു രൂപയായി. ദിനേനയുള്ള കാക്കക്കുളി പോലും സ്വപ്നങ്ങളിൽ മാത്രമായി. പക്ഷേ, മാരിയമ്മയുടെ നടത്തങ്ങൾക്കൊപ്പം ഓടിയെത്താൻ കുംഭത്തിലെ സൂര്യന് സാധിച്ചില്ല. അവർ ആവലാതികളില്ലാതെ, പരിഭവങ്ങളില്ലാതെ നടന്നു.

ഒരു വർഷത്തേക്കുള്ള താൽക്കാലിക നിയമനം അല്ലേ ഉള്ളൂ എന്നുള്ള സമാശ്വാസത്തിൽ ഞാനും മഴയും കുളവുമുള്ള ഭൂതകാലഓർമകുളിരുകളിലേക്ക് വീണുകിട്ടുന്ന ഒഴിവുകളിൽ മുങ്ങാംകുഴിയിട്ടു. ഒഴിവ്ദിനങ്ങളിലെ വിശ്രമവേളകൾ പണ്ടേതോ സിനിമയിൽ കേട്ട പോലെ, മുറ്റത്തെ കയറ്റു കട്ടിലിൽ ആണ് ആനന്ദകരമാക്കാറ് പതിവ്. ബൊഗൈൻവില്ല പൂക്കൾ വീണു കിടക്കുന്ന ചരൽ മണ്ണ്. പടർന്നു പന്തലിച്ചൊരു ഗോമാവ് ചൂടൻകാറ്റ് മാവിന് മുകളിൽ എത്തുമ്പോൾ മാത്രമൊന്ന് ചിണുങ്ങും. സ്കൂൾ അടയ്ക്കുമ്പോൾ അച്ഛൻവീട്ടിലേക്ക് ഒരു പോക്കുണ്ട്. നിറയെ കശുമാങ്ങ, പനമ്പഴം, നൊങ്ക്, നാടൻ മാങ്ങ പലവിധം... അവധിക്കാലത്തേക്ക് മാത്രം തുന്നിക്കുന്ന കുപ്പായങ്ങളുണ്ട്. ഒഴിഞ്ഞ കുപ്പിയിൽ കശുമാങ്ങാനീര് നിറച്ചു നെല്ലിന്റെ പത്തായത്തിൽ വെച്ചിട്ട് കുറേ ദിവസം കഴിഞ്ഞു കുടിച്ചാൽ, സ്വർഗം കാണാം എന്ന് പറഞ്ഞു തന്ന കാരണവരുണ്ട് എനിക്ക്. മൂപ്പര് പറഞ്ഞത് പോലെ അനുസരിച്ചു. ഒരുച്ചനേരത്ത് കുപ്പിയിലെ നീരും കുടിച്ച് മുറ്റത്തെ വെട്ടുകല്ലിൽ കിടന്നപ്പോൾ ശരിക്കും കണ്ടു, മഹാഭാരതയുദ്ധം! ഭീമനും യുധിഷ്ഠിരനും ദ്രോണരും ദുര്യോധനനും കാലാൾപടകളും, ആനപ്പടയും ഏഴ് അക്ഷൗഹിണി പടയും ഒക്കെ നിരന്നു നിൽക്കുന്ന കുരുക്ഷേത്ര ഭൂമിക!

തളർന്നു നിൽക്കുന്ന അർജുനന്റെ മുന്നിൽ വിശ്വരൂപം കാണിച്ചു കൊടുക്കുന്ന ഭഗവാനെവരെ കണ്ടു ആ കിടപ്പിൽ.

ഓഫീസിൽ അടുത്ത കസേരയിൽ ഇരിക്കുന്ന പെരിങ്ങോട്ട്കുറിശ്ശിക്കാരി കലച്ചേച്ചിയുടെ ഫോൺവിളി കുളിരിന് തൽക്കാലം വിരാമമിട്ടു. അങ്ങേ തലയ്ക്കൽ ചേച്ചിയുടെ തേങ്ങൽ. അവർ ഒരു പാട് പഠിപ്പിച്ച മോൻ. അതുകൊണ്ട്തന്നെ പ്രതീക്ഷകൾ ഒരുപാടായിരുന്നു. ഗൾഫിലെ വെയിലിൽ തളർച്ച പറയാതെ ഒരച്ഛൻ. അമ്മയുടെയും അച്ഛന്റെയും സ്വപ്നങ്ങൾക്ക് അവൻ ചിറക് വെപ്പിച്ചു. മിടുക്കനായി പഠിച്ചു. നല്ലൊരു ജോലിയുമായി. ഇഷ്ടപ്പെട്ട പെണ്ണിന്റെ കൈപിടിച്ചു വീട്ടിലേക്ക് കേറും വരെ അവന്റെ ചിറകുകളിൽ അവർ ആകാശങ്ങൾ കണ്ടു. കലച്ചേച്ചി പതം പറഞ്ഞു കൊണ്ടിരുന്നു.

'എന്തിനാണ് ഞാനിവനെ ഇങ്ങനൊക്കെ വളർത്തി വലുതാക്കിയത്? എന്റെ വീട്ടിൽ ഇനി തല പൊക്കി നിൽക്കാൻ പറ്റ്വോ കുട്ടീ? ചന്ദ്രേട്ടന്റെ വീട്ടിൽ പറയണ്ട. നാത്തൂന്മാർക്ക് സന്തോഷാവും. അല്ലാണ്ടെന്താ? ഇവനിതൊക്ക ഒന്ന് ആലോചിച്ചൂടായിരുന്നോ? അതും കാക്കാശ് ഇല്ലാത്ത ഒരു വീട്ടിൽ നിന്ന്. കൊറേ പഠിപ്പുണ്ട്ച്ചിട്ട് കാര്യണ്ടോ മാളൂ? എന്തോ 'ചെയ്‌വന' തന്നെ.. ഒറപ്പാ. അവറ്റോള് ചെയ്യും.'

ചേച്ചി പതഞ്ഞു പതഞ്ഞൊരു ഉഷ്ണജല പ്രവാഹമായി ഒഴുകിക്കൊണ്ടിരുന്നു. വറ്റി തീരാറായപ്പോൾ പിന്നീടെപ്പോഴോ ഫോൺ വെച്ചു. വരാന്തക്ക് പുറത്തിട്ട കയറ്റ്കട്ടിലിലേക്ക് നിവരുമ്പോൾ, നിസ്സഹായയായ ഒരു പാവം പെൺകുട്ടിയുടെ ദൈന്യത മുറ്റിയ പരിചിതമുഖം ചുവരിലെ കണ്ണാടിയിൽ തെളിഞ്ഞു.

വേലിക്കപ്പുറത്തു മാരിയമ്മയുടെ ചിലമ്പൊലി.

'കുട്ട്യേയ്', വലിയ ഭാണ്ഡമുണ്ട് തലയിൽ.

'ഇങ്ങനെ വെയിലത്ത് നടക്കണോ മാര്യമ്മേ? മക്കളൊക്കെ നല്ല നിലേൽ അല്ലേ? പറഞ്ഞാ അവര് അയച്ചു തരില്ലേ്യ?' കാല് ഞൊണ്ടുന്നത് കണ്ടാണ് ഞാൻ തിരക്കിയത്.

'കാലിൽ രണ്ട് കായുണ്ട് (ആണി രോഗം) മോളെ. നടക്കാൻ വയ്യ. ന്നാലും നാൻ പോകും. എണക്ക് വെറുതെ ഇരിക്കാൻ പറ്റില്ലമ്മാ. എണക്കിഷ്ടാ പണി എടുക്കാൻ. ആവോളം ചെയ്യും മോളെ. നാൻ സല്യം ആകൂല മക്കളിക്ക്. മക്കള്ക്ക് ഒപ്പം പോയാല് അവര്ക്ക് രണ്ടായിരമൊക്ക അല്ലേ മോളെ മാസം തരാൻ പറ്റൂ. നമുക്ക് ഒരു വഴിപാടൊക്കെ ചെയ്യാൻ നമ്മൾന്റെ കയ്യിലെ കാസുണ്ടെങ്കി എടുക്കാലോ. അവരെ ബുദ്ധിമുട്ടിക്കണ്ടല്ലോ.'

മാരിയമ്മ ഒരു വലിയ ഉറവയായി. ഉറവ പിന്നീടൊരു വലിയ

ജലാശയമായി. അതിന്റെ കരയിൽ എന്നോ ഒരിക്കൽ ഉണ്ടാകാൻ പോകുന്ന സംസ്കാരത്തെ ഓർത്ത് ഞാൻ ഊറ്റം കൊണ്ടു.

'മകന്റെ കുട്ടിക്ക് ഉസ്കോളിൽ എന്തോ ഡാൻസ്. അത് പഠിക്കാൻ രണ്ടായിരം ഉർപ്യ വേണം മോളെ... കെട്ടിയ പെണ്ണും പാവം പുടിച്ച വീട്ടിലെ. അവന് സ്നേഗമായതാ മോളെ. എനക്ക് സ്നേഗമാ അമ്മാ, കെട്ടിച്ചു താന്ന് പറയുമ്പോ... നമ്മൾ പഠിപ്പിച്ചു പറഞ്ഞിട്ട് നിക്കാന് പാടില്ല മോളെ. അവരുടെ സന്തോഷം തന്നെ നമ്മളുടെ സന്തോഷം. പഠിച്ച പോലെ പണി കിട്ടിയില്ല അവന്ക്ക്. അതാ ചങ്കടം എനക്ക്. പേത്തിക്ക് ഉള്ള പണം നാൻ അയക്കാ പറഞ്ഞു കുട്ട്യേ.. പാവം മോഹല്ലേ.. നാൻ പെറുക്കിയിട്ടാ ന്നൊന്നും അറീയില്ലല്ലോ കൊളന്തക്ക്.'

കുറച്ച് മുൻപ് ഫോണിൽ അലച്ച പതംപറച്ചിലുകളെ വെറുതെ ഓർത്തു. പ്രാക്ടിക്കൽ സെൻസും തിയററ്റിക്കൽ സെൻസും തമ്മിലൊരു മഥനം നടക്കുന്നുണ്ട്. പണ്ട് ശിവന്റെ പാദം തിരഞ്ഞു പോയ കൈതപ്പൂവിന്റെ അവസ്ഥയിൽ പി.എസ്.സി. എഴുതി, റാങ്ക്ലിസ്റ്റിൽ ഒന്നാമതെത്തി, സർക്കാർ ശമ്പളം പറ്റുന്ന കലയും മാളുവും. അപ്പുറത്ത് അർദ്ധനാരീശ്വരനായി മാരിയമ്മയും!

'ചായ കുടിച്ചോ മോളെ, നാൻ മിണ്ടി നിന്നാ നിന്റെ ക്ഷീണം കൂടും. ജോലി കളിഞ്ഞ് വന്നതല്ലേ. നാൻ പോണു.'

യുദ്ധം തീർന്നിരിക്കുന്നു. സൂര്യൻ അസ്തമിച്ചാൽ പിന്നെ യുദ്ധം പാടില്ല എന്നാണ്.

'പോട്ടെ മോളെ..'

മറുപടിക്ക് കാത്തു നിൽക്കാതെ മാരിയമ്മ മല ചുമന്നു നടന്നു നീങ്ങി. ദൂരെ മൊട്ടമുത്തിക്കുന്നിന്റെ മുകളിൽ തെളിഞ്ഞ അസ്തമനസൂര്യൻ ഒരു ചെറിയ വട്ടമായി മാരിയമ്മയുടെ നെറ്റിയിലെ കുങ്കുമപൊട്ടിലേക്ക് അലിഞ്ഞു.

അവർ നടന്നു,

മഴവില്ലിനെക്കാൾ ഭംഗിയിൽ...!

○○

ഡിസംബർ

"You should never be surprised when
someone treats you with respect.
You should expect it."

-Sarah Dessen,
Keeping the Moon

12
പുനർജ്ജനി

ഗീതാ രാജന്ദ്രൻ

'ഉദിച്ചുയർന്ന ചുമന്നുതുടുത്ത ചന്ദ്രബിംബത്തെ സാക്ഷിയാക്കി ഈ നദിക്കരയിലെ ആളൊഴിഞ്ഞ പടവുകളിൽ കൈകൾ കോർത്തുപിടിച്ചു ഞങ്ങളിരിക്കുമ്പോൾ, ലോകം ഞങ്ങൾക്കു ചുറ്റുമുള്ള ഒരു അവ്യക്തകാഴ്ച മാത്രമാണ്...'

'ഊഷരമായ മുപ്പത് വർഷങ്ങൾ! ജീവിതത്തിലെ അടിമപർവ്വത്തിന് അവസാനം കുറിച്ചിട്ടും അതിന്റെ വാലായ്മപോലെ ഒരാണ്ടുകൂടി. അതും അവസാനിച്ചിരിക്കുന്നു. ഒടുവിൽ ഒരു മോചനം. ഇരുകൈകളും ആകാശത്തേക്കു വിടർത്തി എനിക്കീ ലോകത്തോടു വിളിച്ചുപറയാൻ തോന്നുന്നു, ഇതാണ് ഞാൻ ആഗ്രഹിച്ച നിമിഷമെന്ന്. ഈ നിമിഷത്തിനായിട്ടാണു ഞാൻ കാത്തിരുന്നതെന്ന്. ശ്രുതിശുദ്ധമാക്കിയ നന്തുണിയുടെ തന്ത്രികളിൽ നിന്നുതിരുന്ന ഗീതംപോലെ സുന്ദരമായിരുന്ന എന്റെ ജീവിതം, അപശ്രുതി മീട്ടിത്തുടങ്ങിയത് അയാളുടെ വരവോടെ ആയിരുന്നു. അനുസരുണയുള്ള മകളായി താലികെട്ടാൻ കഴുത്തു കുനിച്ചതോടെ പാരതന്ത്ര്യത്തിന്റെ വലിയ ചതുപ്പിലേക്കു ജീവിതം ചവിട്ടിത്താഴ്ത്തപ്പെട്ടു. ദേഷ്യവും, സംശയവും സമാസമം ചേർന്ന ഒരു കഷായത്തിൽ മുങ്ങിപ്പോയ ജീവിതം! ആ കാലഘട്ടം അവസാനിച്ചിരിക്കുന്നു. മുപ്പതു വർഷം നീണ്ട ദാമ്പത്യം നിറമുള്ള ഒരോർമ്മയും അവശേഷിപ്പിച്ചിട്ടില്ല. അതിനാൽ നെടുവീർപ്പുകൾ ആവശ്യമില്ല. ഇനി യാത്രകൾ മാത്രം. അമ്പതുകളിൽ ഇനി ഭാവിയെക്കുറിച്ച് ആകുലത വേണ്ട. കിട്ടുന്ന ഓരോ ദിവസവും ജീവിതത്തിന്റെ നിറമുള്ള കാഴ്ചകൾ കാണുക. അത്ര തന്നെ.'

ഇത്രയും ഡയറിയിൽ കുറിച്ചിട്ട്, ഞാൻ യാത്രയ്ക്കുള്ള തയ്യാ

റെടുപ്പ് ആരംഭിച്ചു.

മധ്യവയസ്സിൽ ഒരു സ്ത്രീ സ്വാതന്ത്ര്യം ആഘോഷിക്കാൻ തീരുമാനിക്കുമ്പോൾ, ലക്ഷ്യം ഒരു തീർത്ഥാടക കേന്ദ്രമായാൽ അതിൽ അതിശയിക്കണ്ട. ആദ്യം മൂകാംബികദേവിയുടെ സന്നിധി. ബാക്കിയൊക്കെ അവിടെത്തിയശേഷം എന്താണോ അതുപോലെ. അച്ഛന്റെ ആണ്ട് കഴിഞ്ഞു അച്ചു മടങ്ങിയിട്ടിപ്പോൾ ഒരു മാസം കഴിഞ്ഞിരിക്കുന്നു. ഒരു യാത്രക്ക് മനസ്സിനൊത്തു ശരീരം തയ്യാറാകാൻ കുറച്ചു സമയം കൂടുതലെടുത്തോ?

കഴിഞ്ഞയാഴ്ച ഒരു രാത്രിയിൽ അശ്വതി, “മതി അമ്മയിനി ഒറ്റക്കു ജീവിച്ചതുമതി, ഞാൻ ടിക്കറ്റയക്കാം ഇങ്ങോട്ടേക്കു പോരൂ” എന്നുപറഞ്ഞപ്പോഴാണ് ആ തീരുമാനം പൊടുന്നനെ തീർച്ചപ്പെടുത്തിയത്.

“അച്ചൂ, തൽക്കാലം അമ്മ വരുന്നില്ല. ചില യാത്രകൾ... ഇത്രകാലം മാറ്റിവച്ചത്. ഇനി അതിന്റെ സമയമാണ്.” അവൾക്കതു മനസ്സിലാകും. ‘അമ്മയുടെ ഇഷ്ടം’ എന്ന മറുപടിയിൽ അൽപ്പവും അനിഷ്ടം ഉണ്ടായതായി തോന്നിയില്ല. ഉണ്ടാകേണ്ട കാര്യമില്ല.

ഭർത്താവ്, മകൾ, വീട് ഇതിനപ്പുറം മറ്റൊരു ലോകത്തെക്കുറിച്ചു ചിന്തിച്ചിട്ടില്ല. വേലിയ്ക്കൽ പൂത്തുനിന്ന ചെമ്പരത്തിച്ചെടികൾ വരെ ആയിരുന്നു തനിക്ക് അനുവദിക്കപ്പെട്ട സ്വാതന്ത്ര്യം. അതുകടന്നു പുറത്തേക്കു പോകാൻ ശ്രമിച്ചിട്ടില്ല. ശ്രമിക്കാതെതന്നെ കേട്ട പഴികൾ കുറവായിരുന്നില്ല. ഇനി ശിഷ്ടകാലം സ്വാതന്ത്ര്യത്തിന്റെ വായു ശ്വസിക്കണം, ആവോളം. അവിടെ ഒന്നും ഒരു തടസ്സമാകരുത്. ആദിശങ്കരനു ദേവി ദർശനം കൊടുത്ത നാട്ടിലേക്ക് ഒരു യാത്ര. സൗപർണ്ണികയിൽ ഒന്നു മുങ്ങിയാൽ കഴുകിപ്പോകാത്ത ആധിയുണ്ടോ?

നീണ്ട ട്രെയിൻയാത്രയുടെ ക്ഷീണം, പ്രഭാത സൂര്യരശ്മികളിൽ പൊൻനിറമാർന്ന കുടജാദ്രിയുടെ ആദ്യ കാഴ്ചയിൽത്തന്നെ അലിഞ്ഞു പോയി. ദേവിയുടെ ശ്രീകോവിലിന്റെ താഴികക്കുടം, ഹോട്ടൽമുറിയിൽ നിന്നുതന്നെ ആ മനോഹര കാഴ്ച കാണാം. ആദ്യം ഒന്നു കുളിക്കണം, അതും സൗപർണ്ണികയിൽ. പുണ്യപാപങ്ങളിൽ വിശ്വാസമുണ്ടായിട്ടല്ല, പക്ഷേ, ഇത് ആധിവ്യാധികളുടെ ഒഴുക്കിക്കളയലാണ്. തിരികെ മടങ്ങുന്നത് പുതിയൊരാളായിട്ടാകണം. റിസപ്ഷനിലെ പയ്യൻ നിരുൽസാഹപ്പെടുത്തിയിട്ടും ആ തീരുമാനം മാറ്റിയില്ല. മുങ്ങിക്കുളിച്ചു. ഹിമസമാനജലം ശരീരത്തെ മാത്രമല്ല ആത്മാവിനെയും തൊട്ടുണർത്തിയതുപോലെ. ജീവിതം ഇനി

മാറുകയാണ്.

ദേവീതീർത്ഥത്തിൽ മുങ്ങിനിവർന്ന്, പുതിയൊരു ഊർജ്ജം സ്വീകരിച്ചു ക്ഷേത്രസന്നിധിയിലേക്കു നടന്നു. ക്ഷേത്രകവാടത്തിലെ പടിതൊട്ടുവന്ദിച്ചു ഞാൻ അകത്തേക്കു കടന്നു. ദീപാരാധനയാണ്. വലിയ തിരക്കില്ല. കൈകൂപ്പി തൊഴുതു നിൽക്കുമ്പോൾ ഒരു മിന്നായം പോലെ കണ്ടു... അതു ജയദേവൻ സാർ അല്ലേ? ഹേയ് തോന്നലാവും. ആ പേര് ഇപ്പോൾ ചിന്തിക്കേണ്ട കാര്യമെന്ത്? ഒന്നുകൂടി തൊഴുത് പ്രദക്ഷിണം വച്ചു വടക്കേനടയിലേക്കു ഇറങ്ങുമ്പോഴാണു പിന്നിൽ നിന്നും 'സീതാലക്ഷ്മി...' എന്ന വിളി കാതിൽ പതിഞ്ഞത്. ഇവിടെ എന്നെ ആരറിയാനെന്നു ചിന്തിച്ചു തിരിഞ്ഞുനോക്കുമ്പോൾ പിന്നിൽ പുഞ്ചിരിച്ചുനിൽക്കുന്ന ആ രൂപം. ഉവ്വ്.... അത് ജയദേവൻസാർ തന്നെയാണ്!

ഈശ്വരാ, ഞാൻ എന്താ ഈ കാണുന്നത്! എന്റെ കണ്ണുകൾ കള്ളം പറയുന്നോ? അതോ ഇക്കഴിഞ്ഞ കാര്യങ്ങൾ എല്ലാം സ്വപ്നം ആയിരുന്നോ. ഒന്നു നുള്ളിനോക്കാൻ തോന്നി, അല്ല സ്വപ്നമല്ല! മന്ത്രസാന്ദ്രമായ, പതിഞ്ഞതെങ്കിലും ഉറച്ച ശബ്ദത്തിൽ 'സീതാലക്ഷ്മി ഇവിടെ?' എന്ന ചോദ്യം... സാറിന് ഒരു മാറ്റവും ഇല്ല!. വെട്ടി ഒതുക്കി നിർത്തിയിരുന്ന താടി അൽപ്പം വളർന്നിട്ടുണ്ട്. എപ്പോഴും അലക്ഷ്യമായി ഇടാറുള്ള ആ മുടി അൽപ്പംകൂടി വളർന്നിട്ടുണ്ട്. കാലത്തിന്റെ അടയാളപ്പെടുത്തലായി അങ്ങിങ്ങായി നര കയറിയിരിക്കുന്നു. ചിരിക്കാൻ തുടങ്ങും മുൻപേ കണ്ണുകളിൽ പ്രതിഫലിക്കുന്ന ആ ചിരിതുളുമ്പുന്ന കണ്ണുകൾ അതുപോലെതന്നെ. സാറിന്റെ അടുത്ത ചോദ്യം കേട്ടാണു ഞാൻ അർദ്ധസുഷുപ്തിയിൽ നിന്നും ഉണർന്നത്. 'സീതാലക്ഷ്മി ഒറ്റയ്ക്കാണോ?.' 'അതെ' എന്നു പറയാൻ ശ്രമിച്ചിട്ടും ശബ്ദം പുറത്തേക്കു വരുന്നില്ല. എന്നിട്ടും ചോദിച്ചു, 'സാറിവിടെ...?'

'ദേശാടനം, അതല്ലേ ഇപ്പോഴത്തെ എന്റെ പ്രധാന പരിപാടി. അങ്ങനെ ഇവിടെയും എത്തി. രണ്ടുനാളായി, ഞാൻ തൊഴുതു കഴിഞ്ഞു. സീതാലക്ഷ്മി പോയി ചുറ്റമ്പലം പ്രദക്ഷിണം വച്ചു തൊഴുതിട്ടു വരൂ. നേർച്ചകൾ വല്ലതും ഉണ്ടെങ്കിൽ ദേ, അവിടെയാണ് കൗണ്ടർ. ഞാനിവിടെ ഈ മണ്ഡപത്തിൽ ഇരിക്കാം.'

വർഷങ്ങൾക്കുശേഷമാണ് ഈ കണ്ടുമുട്ടൽ, പ്രദക്ഷിണം ചെയ്യുമ്പോൾ ഞാനോർത്തു. ഹൃദയമിടിപ്പ് അകാരണമായി ഉയരുന്നു. അദ്ദേഹമിരുന്ന പടിയുടെ അടുത്തേക്ക് എത്തുമ്പോൾ ചെറുതായി കിതച്ചു പോയി. വലതുകൈ നീട്ടി ഇവിടെ ഇരിക്കൂ എന്നു പറഞ്ഞ

ഭാഗത്തിരുന്നു. ഇത്ര അടുത്തിരിക്കുന്നതും മിണ്ടുന്നതും ആദ്യമായിട്ടാണ്.

'അശ്വതി ഇപ്പോൾ...?'

'അവളുടെ വിവാഹം കഴിഞ്ഞ് ഭർത്താവുമൊന്നിച്ച് ഡൽഹിയിലാണ്. അവളുടെ ഭർത്താവ് സയൻസ് ആൻഡ് ടെക്നോളജി ഡിപ്പാർട്ട്മെന്റിൽ. അശ്വതി നോയിഡയിൽ ഒരു കോളേജിലും.'

'അശ്വതിയുടെ അച്ഛൻ?'

'മരിച്ചിട്ട് ഒരു വർഷം തികയുന്നു.'

'അപ്പോൾ ഒറ്റയ്ക്കായി അല്ലേ?'

ഞാൻ ഒറ്റയ്ക്കല്ലല്ലോ, ഇപ്പോൾ സാറ് എന്നോടൊപ്പം ഇല്ലേ എന്ന് പറയണമെന്നു ചിന്തിച്ചെങ്കിലും പറഞ്ഞില്ല. സത്യത്തിൽ ഇപ്പോഴും സത്യമോ മിഥ്യയോ എന്ന ഒരു ഭ്രമത്തിലാണ് മനസ്സ്. പെട്ടന്നാണ് ആ ചോദ്യം ഉയർന്നത്.

'സീതേ, നമുക്ക് കുടജാദ്രിയിവരെ പോയി വന്നാലോ? അടുത്തുവരെ ജീപ്പിൽ പോകാം. പക്ഷേ പിന്നെ മലകയറണം. താൽപര്യമുണ്ടെങ്കിൽ നമുക്ക് ഒരു ജീപ്പ് വിളിക്കാം. വിരോധമില്ലെങ്കിൽ ഇന്നവിടെ അഡിഗയുടെ വീട്ടിൽ തങ്ങി നാളെ മടങ്ങാം. എന്തു പറയുന്നു?'

അവിശ്വസനീയതയോടെ ആ കണ്ണുകളിലേക്കു നോക്കി. ആ കണ്ണുകൾ എന്റെ ഹൃദയം പറയാൻ കൊതിച്ച മറുപടി തിരിച്ചറിഞ്ഞതുപോലെ...!

ഞങ്ങൾ യാത്ര തിരിച്ചു. ഞാൻ സാറിനോടുചേർന്ന് മുന്നിൽ തന്നെ ഇരുന്നു. ജീപ്പ് ടാറിട്ട വഴിയിൽ നിന്നും കാനനപാതയിലേക്കു കടന്നു. വലിയ കല്ലുകൾ ചിതറിക്കിടക്കുന്ന വഴി. അതിലൂടെ ആടി ഉലഞ്ഞാണു യാത്ര. പെട്ടെന്നാണ് സാർ അതു ചോദിച്ചത്, 'ഒരിക്കൽ ഞാൻ സീതാലക്ഷ്മിയോട് എവിടെയെങ്കിലും പോയി രക്ഷപ്പെട്ടുകൂടെ എന്നു ചോദിച്ചത് ഓർമ്മയുണ്ടോ?'

മുന്നിലെ വലിയൊരു കല്ലിൽ കയറാൻ പ്രയാസപ്പെട്ട് ആ ജീപ്പു കിതച്ചപ്പോൾ എന്റെ മറുപടി വണ്ടിയുടെ മുരൾച്ചയിൽ അലിഞ്ഞു പോയി. ആ മറുപടി കേട്ടെന്നവണ്ണം പൊടുന്നനെ അദ്ദേഹം ഒരു കൈ കൊണ്ടെന്നെ ചേർത്തുപിടിച്ചു. ഏറെ പണിപ്പെട്ട് ആ കല്ലു താണ്ടി വണ്ടി മുന്നോട്ടുരുണ്ടപ്പോൾ പിടി മെല്ലെ അയഞ്ഞു.

എവിടേയ്ക്കായിരുന്നു രക്ഷപ്പെടേണ്ടിയിരുന്നത്? ആരിൽ നിന്നായിരുന്നു ഞാൻ അടർന്നു മാറേണ്ടിയിരുന്നത്? അന്നത്തെ ആ ചോദ്യം പല രാത്രികളിലും എന്നെ ചുട്ടുപൊള്ളിച്ചിരുന്നു.

കണ്ണടയ്ക്കുമ്പോൾ നീട്ടിയ കൈകൾ കണ്ടിരുന്നു. പക്ഷേ, അതു സാറിന്റേതായിരുന്നു എന്ന് അന്നെനിക്കു തുറന്നു പറയാനാകുമായിരുന്നില്ല. പറഞ്ഞിരുന്നുവെങ്കിൽ അതു രണ്ടു ഹൃദയങ്ങളിലും വിങ്ങൽ നിറച്ച്, പെയ്യാത്ത മേഘം പോലെ ജീവിതത്തെ മൂടുമായിരുന്നു.

'ഇറങ്ങിക്കോളു. പതിനൊന്നുമണിക്കു തിരികെ എത്തിയാൽ ഇതിൽത്തന്നെ കൊല്ലൂർക്കു മടങ്ങാം.'

ജീപ്പുകാരൻ പറഞ്ഞതു കേട്ടു തല കുലുക്കിയെങ്കിലും കുടജാദ്രിയിൽ, സൂക്ഷ്മരൂപികളായ അനേകം മഹാതപസ്വികളുടെ സാന്നിദ്ധ്യമുള്ള ഇവിടെ ഒരു രാവുതങ്ങാനായാൽ അതിലേറെ മറ്റെന്താണ് ഈ ജന്മത്തിൽ ഇനി ബാക്കി എന്ന ചിന്തയാണ് ഉള്ളിൽ നിറഞ്ഞത്.

മെല്ലെയാണു നടന്നു തുടങ്ങിയത്. കയറ്റം കയറൽ, പ്രായം തളർത്തിയ ശരീരത്തിന് വളരെ ആയാസകരമായ ഒന്നായി.

'ഞാൻ വരുന്നില്ല, ഒരടി നടക്കാനാവുന്നില്ല' എന്നുപറഞ്ഞ് ഒരു കല്ലിലേക്ക് ഇരുന്നു.

'ആരു പറഞ്ഞു വരുന്നില്ലെന്ന്, സീതയ്ക്കു നടക്കാൻ പറ്റുന്നില്ലെങ്കിൽ ഞാൻ തൂക്കിയെടുത്തുകൊണ്ടു പോകുമല്ലോ'

മുന്നിൽ നിന്നു ചിരിക്കുന്ന അദ്ദേഹത്തെക്കണ്ടപ്പോൾ ഒരു പുത്തൻ ഉണർവ്വു ശരീരത്തിന്. വീണ്ടും നടന്നു. ഇടയ്ക്കു നിന്നു. നിൽക്കുമ്പോൾ, പണ്ട് അശ്വതി കോളേജിൽ പഠിച്ച കാലവും, ഞങ്ങളുടെ അയൽക്കാരനായി ആ അധ്യാപകൻ വന്നെത്തിയതും, അച്ചുവിന് അദ്ദേഹം ഷേക്സ്പിയർ സാഹിത്യം ട്യൂഷൻ എടുത്തതും, അവൾ യൂണിവേഴ്സിറ്റി ഫസ്റ്റ് ആയതുമൊക്കെ വെറുതേ പറഞ്ഞുകൊണ്ടേയിരുന്നു. ഇടക്ക് ഒരുവട്ടം ചോദിക്കാതിരിക്കാനായില്ല, 'ഗുരുവിനും ശിഷ്യക്കുമിടയിൽ, സീതാലക്ഷ്മിക്കു ഇടമില്ലേ?'

അദ്ദേഹം നിന്നു. പിന്നിൽനിന്നും കടന്നുവന്ന ഒരുകൂട്ടം തീർത്ഥാടകർ ഞങ്ങൾക്കിടയിലൂടെ മുന്നോട്ടു പോയി. ഇടുങ്ങിയ പാതയിൽ ഞങ്ങൾ മുഖത്തോടുമുഖം നോക്കി, ചുറ്റും കുടജാദ്രിമലകൾ, മൂടൽമഞ്ഞോ മേഘശകലമോ ഞങ്ങളെ പൊതിഞ്ഞു കടന്നുപോയി.

അദ്ദേഹം പറഞ്ഞു, 'ഒരു മുഖം മാത്രമേ ആദ്യകാഴ്ചയിൽത്തന്നെ ഇതെന്റേതു മാത്രമെന്നു പറഞ്ഞുകൊണ്ട് ഇത്രകാലവും എന്നിൽ നിറഞ്ഞു നിന്നിട്ടുള്ളൂ. ശിഷ്യയുടെ അമ്മ, അതിലുപരി അങ്ങേയറ്റം സംശയരോഗിയായ ഒരാളുടെ ഭാര്യ, ഞാനെങ്ങനെ

യാണു സീതേ നിന്നോട് എന്റെ ഹൃദയം തുറക്കേണ്ടിയിരുന്നത്? ഞാനതുപറഞ്ഞാൽ എന്നേക്കാൾ വേദനിക്കുക നീയായിരിക്കും എന്നെനിക്കറിയാമായിരുന്നു. ഒരു നിമിഷംപോലും ഞാൻ നിന്നെ മനസ്സുകൊണ്ടു പിരിഞ്ഞിരുന്നിട്ടില്ല. പിന്നെ എങ്ങനെ ഞാൻ നിന്നെ മറക്കും സീതേ?'

സർവ്വജ്ഞപീഠം കണ്ട് മടങ്ങിവരുന്ന ഒരു കുടുംബം ഞങ്ങൾക്കടുത്തു കൂടി കടന്നു പോയി. അന്തരീക്ഷത്തിന് ഒരു മഴക്കാറിന്റെ കടുപ്പം.

'മഴ പെയ്യുമോ?'

ഞാൻ ആരോടെന്നില്ലാതെ ചോദിച്ചു.

'മഴ എപ്പോഴേ പെയ്തുതുടങ്ങി. അതു നീ അറിയുന്നില്ലെന്നു മാത്രം.' അതു കേട്ടു ഞാൻ മുഖം താഴ്ത്തി.

'വാ, ഇനി അല്പംകൂടിമാത്രം നടന്നാൽ മതി. നോക്കു സീതേ, നിന്റെ ജീവിതത്തിലെ ഏറ്റവും പ്രധാനപ്പെട്ട നിമിഷങ്ങളാണിനി. സാക്ഷാൽ ശങ്കരനു മുന്നിൽ പ്രത്യക്ഷയായ ദേവിയുടെ സാന്നിദ്ധ്യം നിനക്കവിടെ അനുഭവിക്കാം. നോക്കൂ ഒരിക്കൽ സർവ്വജ്ഞപീഠത്തിൽ എത്തി നീ നമസ്ക്കരിക്കുമ്പോൾ നിന്റെ പഴയകാലം അവിടെ ഉതിർന്നുവീഴും. എഴുന്നേൽക്കുന്ന നീ, രാമനുപേക്ഷിച്ച സീതയല്ല, മറിച്ചു രാമസവിധത്തിലെ സീതയായി മാറും. രാമനും മാറും, സീതാപതിയാണു രാമൻ പിന്നീട്.'

'അതാ അവിടെയാണ്...,' ഞാൻ മുന്നിൽ നടന്നു തുടങ്ങി. മണ്ഡപത്തിനുമുന്നിലെ കൽക്കെട്ടിൽ തോളിലെ ചെറുസഞ്ചി ഇറക്കി വച്ചു. ഒരു നിമിഷം ഹൃദയമിടിപ്പു ശാന്തമാക്കി മെല്ലെ പടികൾ കയറി, മുട്ടുകുത്തി നമസ്ക്കരിച്ചു. കണ്ണുനീർകൊണ്ടു കൈകൾ നനഞ്ഞു, പറയാനുള്ളതു പറഞ്ഞുകഴിഞ്ഞു. മുന്നിലെ ചെരാതു തെളിഞ്ഞു കത്തുന്നുണ്ട് അപ്പോഴും.

പടിയിറങ്ങി താഴേക്കു വരുമ്പോൾ വലതു കൈ നീട്ടിത്തന്നു. ബലമായി അതിൽ പിടിച്ചു താഴേക്കിറങ്ങി. അടുത്തെത്തിയപ്പോൾ മെല്ലെ ചോദിച്ചു, 'ദേവി അനുവാദം തന്നുവല്ലേ?'

'എന്തിന്?'

'എന്തിനോ...'

രണ്ടു പേരും പുഞ്ചിരിച്ചു.

'മടങ്ങാം നമുക്ക്? അതോ ഉടനെ താഴേക്കു പോകണ്ടേ? എന്തു വേണം? അധികം കാറ്റു കൊള്ളണ്ട. നമുക്ക് ഇന്നു തന്നെ കൊല്ലൂരേക്കു മടങ്ങാം.'

തിരികെയുള്ള യാത്ര വളരെ ശാന്തമായിരുന്നു. അദ്ദേഹത്തിന്റെ വിരലുകളിൽ വിരൽകോർത്തുപിടിച്ചാണു മെല്ലെ നടന്നത്. ചുറ്റും ഒരു ലോകമുണ്ടെന്നു ഞാൻ മറന്നിരുന്നു. പരസ്പരം ഒന്നും സംസാരിക്കാനുണ്ടായിരുന്നില്ല. കാരണം എല്ലാറ്റിനും അപ്പുറത്തുള്ളൊരു തിരിച്ചറിവു ഞങ്ങളെ പൊതിഞ്ഞിരുന്നു.

കുറേ നേരത്തിനു ശേഷം ഞാനാണാ മൗനം ഭഞ്ജിച്ചത്.

'അച്ചൂനോടു പറയണ്ടേ?'

അദ്ദേഹം മറുപടി പറഞ്ഞില്ല പകരം ഫോൺ എടുത്തു, ആരെയോ വിളിച്ചു എന്റെ കൈയിലേക്കു തന്നു.

'അമ്മേ, നിങ്ങൾ താഴെ എത്തിയോ? ശ്വാസംമുട്ടൽ ഒന്നും ഉണ്ടായില്ലല്ലോ കയറ്റം കയറിയിട്ട്?'

'അച്ചൂ,... നീയിത് എങ്ങനെ?'

'മുപ്പതുവർഷം അമ്മ എനിക്കുവേണ്ടിയാണ് അച്ഛന്റെ എല്ലാ ആക്ഷേപങ്ങളും സഹിച്ചത്. എനിക്കറിയാം അത്. ഇത്രയെങ്കിലും തിരിച്ചു തന്നില്ലെങ്കിൽ ഞാൻ എങ്ങനെ അമ്മയുടെ മോളാവും?'

ഞാൻ മറുപടി പറയും മുൻപ് അദ്ദേഹം ഫോൺ തിരികെ വാങ്ങി. എന്നിട്ടു പറഞ്ഞു, 'അച്ചൂ ഞങ്ങൾ വരും നിന്റെ അടുത്തേക്ക്, ഒരു നോർത്ത് ഇന്ത്യൻ ടൂറുമായി. അപ്പോൾ ഇനി പിന്നെ വിളിക്കാം. നിന്റെ അമ്മ ദാ എന്റെ തൊട്ടടുത്ത് ഉണ്ട്. ഒന്നും പേടിക്കണ്ട.'

'അതു ശരി, അപ്പോൾ ഞാൻ വരുന്ന വിവരം സാർ നേരത്തേ അറിഞ്ഞോ?' മറുപടി പറയാതെ ഒന്നുകൂടി ചേർത്തുപിടിക്കുക മാത്രമേ അദ്ദേഹം ചെയ്തുള്ളു.

ദീപാരാധന തുടങ്ങാറായി.

ക്ഷേത്രത്തിനു മുന്നിലെ ആ വലിയ വിളക്കിൽ, നിറയെ തിരിയിട്ടു കത്തിക്കുന്ന ഭക്തർ. ആകാശത്തു പൂർണ്ണചന്ദ്രൻ. പുറത്തുനിന്നും ദേവിയെ തൊഴുതുനിന്ന എന്റെ നെറ്റിയിൽ ഒരുനുള്ളു കുങ്കുമം തൊട്ടുതന്നുകൊണ്ട് ചേർത്തുപിടിക്കുമ്പോൾ, എങ്ങുനിന്നെന്നെറിയാതെ ഒരു ചാറ്റൽമഴ ഞങ്ങളിൽ പനിനീർപ്പെയ്ത്തായി.

OO

Thanks:
Ajish Chandran, Anilkumar C.P. , Sheela Tomy, P.L.Lathika

www.ingramcontent.com/pod-product-compliance
Lightning Source LLC
LaVergne TN
LVHW060134051026
849517LV00007B/2471
* 9 7 8 9 3 9 1 0 8 5 7 5 9 *